ലളിതം മലയാളം

lalitham malayalam

•

vattaparambil peethambaran

•

first edition
may 2016

•

second edition
february 2017

•

second impression
january 2021

•

typesetting & published
chintha publishers, thiruvananthapuram

•

cover
ambish

•

വിതരണം

ദേശാഭിമാനി ബുക്ക് ഹൗസ്

H O തിരുവനന്തപുരം-695 035
phone: 0471-2303026, 6063026
www.chinthapublishers.com
chinthapublishers@gmail.com

ബ്രാഞ്ചുകൾ

ഹെഡ്ഡാഫീസ് ബ്രാഞ്ച് കുന്നുകുഴി • സ്റ്റാച്യു തിരുവനന്തപുരം • കെ എസ് ആർ ടി സി ബസ് സ്റ്റേഷൻ ആലപ്പുഴ • കെ എസ് ആർ ടി സി ബസ് സ്റ്റേഷൻ എറണാകുളം • മച്ചിങ്ങൽ ലെയ്ൻ തൃശൂർ • ഐ ജി റോഡ് കോഴിക്കോട് • മാവൂർ റോഡ് കോഴിക്കോട് • എൻ ജി ഒ യൂണിയൻ ബിൽഡിങ് കണ്ണൂർ • സെൻട്രൽ ബസ് ടെർമിനൽ കോംപ്ലക്സ് താവക്കര കണ്ണൂർ

CR - 1597 / 4109
ISBN - 978-93-86112-16-3

ലളിതം മലയാളം

വട്ടപ്പറമ്പിൽ പീതാംബരൻ

ചിന്ത പബ്ലിഷേഴ്സ്
തിരുവനന്തപുരം-695 035

വട്ടപ്പറമ്പിൽ പീതാംബരൻ

1938 മാർച്ച് 7 ന് തിരുവനന്തപുരം ജില്ലയിലെ ശ്രീകാര്യം, മേലുളിയാഴ്ത്തുറയിൽ ജനിച്ചു. പിതാവ്: വട്ടപ്പറമ്പിൽ വി രാഘവൻപിള്ള, മാതാവ്: ശ്രീമതി പി അമ്മുക്കുട്ടി അമ്മ.

വിവിധ സ്കൂളുകളിൽ 31 വർഷം അദ്ധ്യാപകനായും 5 വർഷം കോലിയക്കോട് ഗവ. യു പി എസിൽ ഹെഡ്മാസ്റ്ററായും സേവനമനുഷ്ഠിച്ചു. 14-ാമത്തെ വയസ്സു മുതൽ നാടകാഭിനയം തുടങ്ങി. 20 വർഷക്കാലം കേരളത്തിലെ പ്രശസ്ത നാടകസമിതികളുടെ വിവിധ നാടകങ്ങളിൽ സജീവമായി. നടൻ, നാടകകൃത്ത്, നാടകസംവിധായകൻ, നാടകവിധികർത്താവ്, നാടൻപാട്ടു പരിശീലകൻ, ഗ്രന്ഥകാരൻ, പ്രഭാഷകൻ എന്നീ നിലകളിൽ സാംസ്കാരിക പ്രവർത്തനം നടത്തുന്നു. നാലു പതിറ്റാണ്ടായി ആകാശവാണി നാടകങ്ങളിൽ അഭിനയിക്കുന്നു.

1987 ൽ നാടകരചനയ്ക്ക് അദ്ധ്യാപക കലാ - സാഹിത്യസമിതി സംസ്ഥാന അവാർഡ്, 1991 ൽ അദ്ധ്യാപകർക്കുള്ള സംസ്ഥാന അവാർഡ്, 2005 ൽ ഏറ്റവും മികച്ച നാടകസംബന്ധമായ ഗ്രന്ഥത്തിന് (*മലയാള നാടകവിജ്ഞാനകോശം*) കേരള സംഗീതനാടക അക്കാദമി അവാർഡ് എന്നിവ ലഭിച്ചിട്ടുണ്ട്. കുട്ടികളുടെ നാടകസംവിധാനത്തിന് രണ്ടുതവണ സംസ്ഥാന അംഗീകാരം ലഭിച്ചു.

പ്രധാന കൃതികൾ. *മലയാള നാടകവിജ്ഞാനകോശം പരിഷ്കരിച്ച പതിപ്പ്, നാടകം കളിയല്ല, അഭിനയത്തിന്റെ അകപ്പൊരുൾ തേടി, പാഞ്ചജന്യം മുഴങ്ങട്ടെ* (നാടകം), *ചിറകറ്റസ്നേഹം* (കുട്ടികളുടെ നാടകം), *ബലിമൃഗം* (കുട്ടികളുടെ നാടകങ്ങൾ), *മലയാള ലഘുവ്യാകരണം, ആയിരത്തൊന്നു ശൈലികൾ, പുരാണവിജ്ഞാന ശകലങ്ങൾ, കുട്ടികളുടെ നാടൻ പാട്ടുകൾ-ഒന്നാം ഭാഗം-വ്യാഖ്യാന സഹിതം, കുട്ടികളുടെ നാടൻ പാട്ടുകൾ-രണ്ടാം ഭാഗം -വ്യാഖ്യാന സഹിതം, നാടൻപാട്ടുകൾ-അഭിനയിക്കാൻ സംവിധാനപാഠം സഹിതം, അമ്മയ്ക്കൊരുമ്മ - ബാലകവിതകൾ, മൊഴിയഴക്, നാട്ടറിവുകളുടെ ഉള്ളറകളിലേക്ക്.*

ഭാര്യ : കെ ലളിതകുമാരി. (1989 ൽ അന്തരിച്ചു)
മക്കൾ : ഗീത, സോഫിയ, നദീറ, ഡൈസ്നോൺ (യുവജനക്ഷേമബോർഡ്)
വിലാസം : രാഗം, തൈക്കാട്, വേങ്കവിള
ഇരിഞ്ചിയം പി ഒ നെടുമങ്ങാട്
തിരുവനന്തപുരം 695 561
ഫോൺ : 0471 2419576, 9446479576

ഉള്ളടക്കം

സമർപ്പണം

അകാലത്തിൽ എന്നെ വിട്ടുപിരിഞ്ഞ എന്റെ പ്രിയപത്നി ശ്രീമതി കെ ലളിതകുമാരിയെ ഹൃദയപൂർവ്വം സ്മരിച്ചു കൊണ്ട്, മലയാളത്തെ സ്നേഹിക്കുന്ന പതിനായിരക്കണക്കിനു കുട്ടികൾക്കായി *ലളിതം മലയാളം* സമർപ്പിക്കുന്നു

പ്രസാധകക്കുറിപ്പ്

മാതൃഭാഷയാണ് ഒരാളെ അറിവിന്റെ മേഖലകളിലെത്തിക്കുന്നതിന് സഹായിക്കുന്നത്. മലയാളം ശരിയായി കൈകാര്യം ചെയ്യാൻ അറിയാത്തവരായി ഏറെ മലയാളികളുണ്ട്. മലയാളികളുടെ മാതൃഭാഷയാണ് മലയാളം.
വായ്മൊഴി പല പ്രദേശങ്ങളിൽ പല രീതിയിലായിരിക്കും. എന്നാൽ പൊതുവേദികളിൽ വായ്മൊഴി കുറ്റമറ്റതാകണം. എഴുത്തു ഭാഷയാണ് വരമൊഴി. അത് ശുദ്ധമായിരിക്കണം. എഴുതുന്നതിന് അക്ഷരങ്ങളെയും പദങ്ങളെയും, വാകൃങ്ങളെയുംപറ്റി ശരിയായ ധാരണയുണ്ടായിരിക്കണം. ഭാഷ തെറ്റില്ലാതെ ഉപയോഗിക്കുന്നതിനുള്ള നിയമങ്ങളടങ്ങിയ ശാസ്ത്രമാണ് വ്യാകരണം. വ്യാകരണം അറിയുന്നതിന് അക്ഷരബോധം വേണം.
മലയാളഭാഷ അക്ഷരശുദ്ധിയോടെ കൈകാര്യം ചെയ്യുന്നതിന് അവശ്യം ആവശ്യമായ അറിവുകളെപ്പറ്റി *ലളിതം മലയാളം* എന്ന കൃതി പ്രതിപാദിക്കുന്നു. ഈ ലക്ഷ്യം നിർവ്വഹിക്കാൻ സഹായിക്കുന്ന ഗ്രന്ഥമാണ് ശ്രീ. വട്ടപ്പറമ്പിൽ പീതാംബരന്റെ *ലളിതം മലയാളം* എന്ന ഈ പുസ്തകം. ഇത് ഭാഷാതല്പരരായ എല്ലാവർക്കും മുമ്പിൽ ചിന്ത അവതരിപ്പിക്കുന്നു.

ചിന്ത പബ്ലിഷേഴ്സ്

മുഖമൊഴി

അറിവിന്റെ അകത്തളങ്ങളിലേക്ക് അതിവേഗം കടന്നുചെല്ലാൻ ഒരുവനെ എപ്പോഴും സഹായിക്കുന്നത് അവന്റെ മാതൃഭാഷയാണ്. പക്ഷേ, മലയാളികളിൽ കുറേപ്പേരെങ്കിലും മലയാളം കൈകാര്യം ചെയ്യാൻ അറിയാത്തവരായി ഉണ്ടെന്നുള്ളത് ലജ്ജാകരമല്ലേ? മലയാളം പഠിക്കുന്നത് മോശമാണെന്ന ധാരണ മലയാളികളിൽ ചിലരെങ്കിലും വച്ചുപുലർത്തുന്നുവെന്നത് മറ്റൊരു സത്യം. അവരോടു സഹതപിക്കാം.

നിർബ്ബന്ധമായും കുട്ടികളെ മാതൃഭാഷ പഠിപ്പിക്കണമെന്ന് കർശനമായ നിയമംതന്നെ ഉണ്ടാകേണ്ടിയിരിക്കുന്നു. മലയാളം പഠിക്കാതെ ഒരു മലയാളിക്കുട്ടിയും ഒരു വിദ്യാലയത്തിലും പഠിക്കാൻ ഇടവരരുത്. അതിനു മലയാളം ഒന്നാം ഭാഷയാകണം. അക്കാര്യം ഇപ്പോഴും ഏട്ടിലെ പശുവായി പുല്ലുതിന്നാതെ കഴിയുന്നു. എന്നാണാവോ അധികാരികൾക്കു ബോധോദയമുണ്ടാകുന്നത്? അതിനുവേണ്ടി മുറവിളി കൂട്ടുന്ന മലയാളികൾ 'ചക്രായുധം' തന്നെ പ്രയോഗിക്കേണ്ടിവരും.

മലയാളപഠനം ബുദ്ധിമുട്ടാണെന്നു കരുതുന്നവരുണ്ട്. അത്തരക്കാരുടെ പഠനം ലളിതമാക്കാനുള്ള കരുക്കളാണ് ഈ പുസ്തകത്തിൽ നിരത്തിയിരിക്കുന്നത്. ആ കരുക്കൾ ശരിയാംവണ്ണം നീക്കി ഭാഷാപഠനം എളുപ്പമുള്ളതാക്കാൻ രക്ഷിതാക്കളും കുട്ടികൾക്കൊപ്പം കൂടണം. സ്വന്തം ഭാഷ ശരിയായി പ്രയോഗിക്കുമ്പോഴാണ് കുട്ടികൾ ബുദ്ധിമാന്മാരും സർഗ്ഗധനരുമൊക്കെയാകുന്നത്. ഏതു മലയാളിക്കും മാതൃഭാഷയിൽ മാത്രമേ ചിന്തിക്കാനാവൂ. വികാര വിചാരങ്ങൾ പെട്ടെന്നു പ്രകടമാക്കാനാവൂ. എങ്കിൽ മാത്രമേ അവ പൂർണ്ണമാകൂ. പൂർണ്ണനായ ഒരു 'നല്ല' മനുഷ്യനാകാൻ മാതൃഭാഷാപഠനം കുട്ടികൾക്ക് കൂടിയേ തീരൂ എന്ന് രക്ഷിതാക്കളറിയുക.

എനിക്ക് എല്ലാ കാര്യങ്ങളിലും ഗുരുതുല്യനും, എന്റെ ജ്യേഷ്ഠ സഹോദരനും, ഭാഷാപണ്ഡിതനും ഗ്രന്ഥകാരനുമായ പ്രൊഫ. വട്ടപ്പറമ്പിൽ ഗോപിനാഥപിള്ളയോടും, ഇതുപോലൊരു ഗ്രന്ഥരചനയ്ക്ക് പ്രേരകശക്തികളായ ശ്രീ. ഗോപി നാരായണനോടും, ശ്രീമതി ജെസ്സി നാരായണനോടും ഇതര സുഹൃത്തുക്കളോടും, എന്റെ കുടുംബാംഗങ്ങളോടുമുള്ള നന്ദി അറിയിക്കട്ടെ.

ഈ ഗ്രന്ഥത്തിന്റെ പ്രസിദ്ധീകരണ ചുമതല നിർവ്വഹിച്ച ചിന്ത പബ്ലിഷേഴ്സിലെ എല്ലാ മാന്യമിത്രങ്ങളോടും നന്ദിയുണ്ട്.

മലയാളത്തെ സ്നേഹിക്കുന്ന കുട്ടികൾക്കായി ഈ ഗ്രന്ഥം സമർപ്പിക്കുന്നു.

സ്നേഹപൂർവ്വം,

വട്ടപ്പറമ്പിൽ പീതാംബരൻ

നെടുമങ്ങാട്,
01-10-2014.

1

മലയാളം എന്റെ ഭാഷ

പ്രിയപ്പെട്ട കുഞ്ഞുങ്ങളേ,

നിങ്ങൾ ഏറ്റവും കൂടുതൽ ഇഷ്ടപ്പെടുന്നത് ആരെയാണ്? അമ്മയെ. ആരോടാണ് നിങ്ങൾക്കു കൂടുതൽ സ്നേഹം? അമ്മയോട്. നിങ്ങളെ കൂടുതൽ സ്നേഹിക്കുന്നതോ? അമ്മ. അച്ഛനും സ്നേഹമുണ്ട്. കേട്ടോ.

നാം അമ്മയെ സ്നേഹിക്കുന്നുണ്ടല്ലോ. അതുപോലെ നമ്മുടെ ഭാഷയെയും സ്നേഹിക്കണം. നമ്മുടെ മാതൃഭാഷയാണ് മലയാളം. അതു മറക്കരുത്. നാം ആദ്യം കേൾക്കുന്ന ശബ്ദം അമ്മയുടേതല്ലേ? അമ്മയുടെ ഭാഷയിലുള്ള ശബ്ദമായിരിക്കും അത്. അമ്മയിൽനിന്നു കേൾക്കുന്ന ആദ്യഭാഷയാണ് നമ്മുടെ മാതൃഭാഷ. മാതാവിന്റെ ഭാഷ.

മലയാളികളുടെ മാതൃഭാഷയാണ് മലയാളം. മാതാവിനെ (അമ്മയെ) സ്നേഹിക്കുന്നവർക്കേ മാതൃഭാഷയെ സ്നേഹിക്കാൻ കഴിയൂ. മറ്റു ഭാഷകളും പഠിക്കണം. പക്ഷേ, മാതൃഭാഷ പഠിക്കാതെ മറ്റു ഭാഷകൾ പഠിക്കുന്നത് പെറ്റമ്മയെ സ്നേഹിക്കാത്തതിനു തുല്യമാണ്.

ഭാഷ എന്താണ്? എന്തിനാണ്?

നമുക്ക് ആഗ്രഹങ്ങളുണ്ട്. വിചാരങ്ങളും വികാരങ്ങളുമുണ്ട്. നമ്മുടെ മനസ്സിൽ ആശയങ്ങളുണ്ട്. അവ മറ്റുള്ളവരെ അറിയിക്കാനുള്ള മാർഗ്ഗമാണ് ഭാഷ. എല്ലാ ജീവികൾക്കും അവയുടെ രീതിയിൽ ഭാഷയുണ്ട്. എന്നാൽ അവ മനുഷ്യന്റെ ഭാഷയോളം വികസിച്ചിട്ടില്ല.

ഉറുമ്പുകൾ വരിയായി പോകുന്നതു കണ്ടിട്ടില്ലേ? ജാഥ പോകുമ്പോലെ. എന്തൊരു ചിട്ടയിലാണ് ആ പോക്ക്! എന്തു ചന്തമാണ് ആ പോക്കിന്!

ആ യാത്രയ്ക്ക് ചെറിയൊരു തടസ്സമുണ്ടാക്കി നോക്കൂ. ഉടൻ ഉറുമ്പുകൾ തിരിഞ്ഞു നടക്കും. തിരിച്ചുപോകുന്ന ഉറുമ്പുകൾ എതിരേ വരു

ന്നവരോട് 'രഹസ്യം' പറയുന്നതു കാണാം. അവയുടെ തലയുടെ മുന്നിലുള്ള അവയവങ്ങൾകൊണ്ട് 'വഴിയിൽ തടസ്സം' എന്ന് മറ്റുള്ളവരെ അറിയിക്കുകയാണ്. പട്ടിക്കും, പൂച്ചയ്ക്കും, ആനയ്ക്കും, കാക്കയ്ക്കും, തത്തയ്ക്കുമൊക്കെ ഭാഷയുണ്ട്. ശബ്ദങ്ങളും അവയവങ്ങളുടെ ചലനങ്ങളുമാണ് അവയുടെ ഭാഷ. നാം നന്ദി പറയുന്നത് വാക്കുകളിലൂടെ ശബ്ദം ഉപയോഗിച്ച്. പട്ടിയോ? വാലിന്റെ ചലനത്തിലൂടെയും. എന്തിനേറെ? ചെടികൾക്കുപോലും ഉണ്ട് ഭാഷ. നിങ്ങൾക്കു ദാഹമുണ്ടായാൽ "അമ്മേ ദാഹിക്കുന്നു" എന്നു പറയാറില്ലേ? ചെടിക്കു ദാഹിക്കുമ്പോൾ അവയുടെ മുഖം വാടിക്കുഴയുന്നു. ഭാഷ എന്തിനാണെന്നിപ്പോൾ മനസ്സിലായില്ലേ?

മനുഷ്യരുടെ ഭാഷ മൂന്നുതരമുണ്ട്. ആംഗ്യഭാഷ, വായ്മൊഴി, വരമൊഴി.

നമ്മുടെ ശരീരം പല അവയവങ്ങൾ ചേർന്നതാണ്. ഇവയെ അംഗങ്ങൾ എന്നു പറയും. ഉത്തമാംഗമായ തല, തലയിലെ തന്നെ കണ്ണ്, കാത്, മൂക്ക്, നാക്ക്, തൊലി (ത്വക്ക്), കൈകാലുകൾ, കൈവിരലുകൾ, നെഞ്ച്, വയറ് തുടങ്ങിയവയൊക്കെ നമ്മുടെ അംഗങ്ങളാണ്. ഈ അംഗങ്ങൾ ഉപയോഗിച്ച് അന്യരെ ആശയങ്ങൾ അറിയിക്കുന്നതാണ് ആംഗ്യഭാഷ. കണ്ണും, മൂക്കും, നാക്കും, ചുണ്ടും, തല ആകെയും, കൈയും, കൈവിരലുകളും കാലുമൊക്കെ ആശയങ്ങളറിയിക്കാൻ ഉപയോഗിക്കുന്നു. ഒരു ശബ്ദവുമില്ലാതെ, കണ്ണുകൊണ്ടും ചൂണ്ടുവിരൽകൊണ്ടും മാത്രം എന്തെല്ലാം ആശയങ്ങൾ അന്യരെ അറിയിക്കാമെന്ന് ഒന്നു പരിശോധിച്ചുനോക്കുക. നിങ്ങളുടെ മുഖം ഒന്നു വാടിയാൽ അമ്മ ചോദിക്കും: "എന്താ മോനേ? സുഖമില്ലേ?" അവിടെ നിങ്ങളുടെ മുഖത്തെ ഭാവമാണ് ഭാഷയായത്. അതും ആംഗ്യഭാഷ തന്നെ.

വായിലൂടെ ശബ്ദങ്ങൾ പുറപ്പെടുവിച്ച് അന്യരോടു സംസാരിക്കുന്ന ഭാഷയാണ് വായ്മൊഴി. ആംഗ്യഭാഷ വായ്മൊഴിക്കു സഹായിയാണ് എപ്പോഴും. വായ്മൊഴിയും ആംഗ്യഭാഷയും ഇരട്ടക്കുട്ടികളാണ്. എപ്പോഴും ഒരുമിച്ചുകാണും, സ്നേഹത്തോടെ. സംസാരിക്കുന്ന ഭാഷയാണ് വാമൊഴി.

വീട്ടിലും പള്ളിക്കൂടത്തിലും ഒരേതരം വായ്മൊഴിയാണോ നിങ്ങൾ ഉപയോഗിക്കുന്നത്? മിക്കവാറും അല്ല. "അമ്മേ വിശക്കുന്നു" എന്ന് വീട്ടിൽ പറയുന്നത് ചുരുക്കമാണ്. "അമ്മച്ചീ വയറു പൈക്കണു," "അമ്മാ വെശക്കുന്നു" എന്നോ ഒക്കെയാവും. ഓരോ പ്രദേശത്തും ഉള്ള ആളുകൾ ഓരോ രീതിയിലുള്ള വാമൊഴികളാണ് ജീവിതത്തിൽ പ്രയോഗിക്കുന്നത്. അവയിലെ തെറ്റും ശരിയും നോക്കേണ്ടതില്ല. പക്ഷേ, ക്ലാസ്സുമുറികൾ, പ്രസംഗവേദികൾ, ടെലിവിഷനിലെ ചില പരിപാടികൾ എന്നിവയിലെ വാമൊഴികൾ കുറ്റമറ്റതാകണം.

വരമൊഴി എന്നത് എഴുത്തുഭാഷയാണ്. കേരളത്തിൽ എല്ലായിടത്തും മലയാള വരമൊഴി ഒരേതരത്തിലായിരിക്കും. അത് ശുദ്ധമായിരിക്കണം. വരമൊഴി നന്നാകാൻ പഠനം കൂടിയേ തീരൂ. വരമൊഴി പരിശീലനം വിദ്യാലയത്തിൽ നടക്കുന്നു.

എഴുതുന്നതിന് അക്ഷരങ്ങളെപ്പറ്റിയും, പദങ്ങളെപ്പറ്റിയും, വാക്യങ്ങളെപ്പറ്റിയുമൊക്കെ അറിവും പരിശീലനവും വേണം. അതിനെപ്പറ്റിയുള്ള നിയമങ്ങളുണ്ട്. ഭാഷ തെറ്റില്ലാതെ ഉപയോഗിക്കുന്നതിനുള്ള നിയമങ്ങളടങ്ങിയ ശാസ്ത്രമാണ് വ്യാകരണം. നല്ല ഭാഷയിൽ എഴുതാനും പ്രസംഗിക്കാനുമൊക്കെ വ്യാകരണം പഠിച്ചേ തീരൂ. അതിന് ആദ്യം വേണ്ടത് അക്ഷരബോധമാണ്. എല്ലാ ഭാഷയുടെയും അടിസ്ഥാനഘടകം അക്ഷരങ്ങളാണ്.

മലയാളഭാഷയിൽ എത്ര അക്ഷരമുണ്ടെന്ന് മലയാളികളിൽ പലർക്കും അറിയില്ലെന്നുള്ളത് സത്യമല്ലേ? പലർക്കും പല കണക്കാണ്. എങ്കിലും പൊതുവേ അംഗീകരിച്ചിട്ടുള്ളത് 53 ആണ്. എന്നാൽ ഉപയോഗമില്ലാത്ത മൂന്നക്ഷരവും ഉച്ചാരണത്തിനു മാത്രം ഉപയോഗിക്കുന്ന ഒരക്ഷരവും ഒഴിവാക്കിയിട്ടുണ്ട്. അക്ഷരം എന്നാൽ ക്ഷരം - നാശം - ഇല്ലാത്തത് എന്നാണർത്ഥം. അക്ഷരം എഴുതിക്കാണിക്കാനുള്ള വരകളെ ലിപി എന്നു പറയുന്നു.

ഇപ്പോൾ ഉപയോഗത്തിലുള്ള അക്ഷരങ്ങൾ ക്രമമനുസരിച്ച് താഴെ കൊടുക്കുന്നു. അക്ഷരക്രമം അറിയേണ്ട കാര്യമാണ്.

അ ആ ഇ ഈ ഉ ഊ ഋ
എ ഏ ഐ ഒ ഓ ഔ.

ക ഖ ഗ ഘ ങ
ച ഛ ജ ഝ ഞ
ട ഠ ഡ ഢ ണ
ത ഥ ദ ധ ന
പ ഫ ബ ഭ മ
യ ര ല വ ശ ഷ സ
ഹ ള ഴ റ.

അം, അഃ എന്നിവയും (അനുസ്വാരവും, വിസർഗ്ഗവും) ൻ, ൽ, ൾ, ർ, ൺ എന്നീ ചില്ലുകളും മറ്റക്ഷരങ്ങളുമായി ബന്ധപ്പെട്ടിരിക്കുന്നതിനാൽ അക്ഷരമാലയിൽ പെടുന്നില്ല. 'ഩ' എന്ന അക്ഷരത്തിന്റെ ലിപി ഉപയോഗിക്കുന്നില്ല. പകരം 'ന' യുടെ ലിപി ഉപയോഗിക്കുന്നു. 'ഩ' ഉച്ചാരണത്തിൽ മാത്രമേയുള്ളൂ (വിശദമായ വ്യാകരണപഠനത്തിന് വ്യാകരണഗ്രന്ഥങ്ങൾ നോക്കുക).

നാമെല്ലാം ജനിച്ചത് ഓരോ കുടുംബത്തിലാണ്. കൂടുമ്പോൾ മാത്രമേ കുടുംബമാകൂ. അച്ഛനും അമ്മയും മക്കളും കൂടുന്നതാണ്, ഒരുമിച്ചു ചേരുന്നതാണ് കുടുംബം.

നമുക്കുള്ളതുപോലെ ഭാഷയ്ക്കും ഉണ്ട് കുടുംബം. മലയാളഭാഷ ദ്രാവിഡഭാഷാകുടുംബത്തിലെ അംഗമാണ്. 'ദ്രാവിഡഭാഷാ ഗോത്രം'

എന്നാണ് മലയാളത്തിന്റെ കുടുംബപ്പേര്. മലയാളം, തമിഴ്, കന്നട, തെലുങ്ക്, തുളു എന്നിവയാണ് ദ്രാവിഡഭാഷാഗോത്രത്തിലെ അംഗങ്ങൾ - ദ്രാവിഡ ഭാഷകൾ.

എല്ലാ ഭാഷകളും വളരുന്നത് അന്യഭാഷകളിലെ പദങ്ങൾകൂടി സ്വീകരിച്ചുകൊണ്ടാണ്. നമ്മുടെ ഭാഷയും അങ്ങനെയാണ് വളർന്നത്; വളർന്നു കൊണ്ടിരിക്കുന്നത്. മറ്റു ഭാഷകൾക്ക് നാം പദങ്ങൾ കൊടുത്തിട്ടുമുണ്ട്.

മറ്റു ഭാഷകളിൽനിന്ന് നാം സ്വീകരിച്ചിട്ടുള്ള ചില പദങ്ങൾ കാണുക:

സംസ്കൃതം : നഖം, മുഖം, സുഖം, യുഗം, സന്തോഷം, പ്രയാസം, വിശ്രമം.
ഇംഗ്ലീഷ് : ബസ്, ഓഫീസ്, പെൻസിൽ, റേഡിയോ, പേപ്പർ, ഹോട്ടൽ, സൈക്കിൾ.
ഹിന്ദി : മിഠായി, ചട്ടിണി, കീശ, സാരി, ചാവടി, കച്ചേരി.
അറബി : കടലാസ്, ബാക്കി, ജില്ല, ഹാജർ, താലൂക്ക്, നികുതി.
പേർഷ്യൻ : ഓഹരി, കമ്മി, ഗോലി, രാജി, മൈതാനം, കൂജ.
പോർച്ചുഗീസ്: അലമാര, കസേര, തൂവാല, ലേലം, കുമ്പസാരം, കൊന്ത.
ഫ്രഞ്ച് : ടാബ്ലോ, ഡീലക്സ്, കഫേ, ബൂർഷ്വാ.

മാങ്ങ (mango), ചക്ക (Jack fruit), കറി (curry), വരാന്ത (veranda), കഞ്ഞി (Kanji), ഓല (ola), കൊപ്ര (copra), കയർ (coir) എന്നിവ മലയാളത്തിൽനിന്ന് അന്യഭാഷകൾ സ്വീകരിച്ച പദങ്ങളാണ്.

ഭാഷ നല്ലതുപോലെ വായിക്കാനും എഴുതാനും പഠിക്കുന്നതിനു മുമ്പ് നല്ല ഭാഷ ധാരാളം കേൾക്കണം. കേൾക്കാൻ പഠിക്കുകയാണ് ആദ്യം വേണ്ടത്. കേൾക്കാൻ വേണ്ടത് ശ്രദ്ധയാണ്. നല്ല ഭാഷയുടെ ഉച്ചാരണം, ശബ്ദം, ഉച്ചരിക്കുമ്പോൾ അക്ഷരങ്ങളുടെ ശക്തി, സ്ഫുടത, താളം എന്നിവയെല്ലാം കേട്ടു മനസ്സിലാക്കണം. അതിന് ക്ലാസുമുറികളിൽ അദ്ധ്യാപകരുടെ ഭാഷാപദപ്രയോഗം ശുദ്ധമായ ഉച്ചാരണത്തിലാകണം. നല്ല ഭാഷ നല്ല രീതിയിൽ ഉച്ചരിച്ചു പഠിക്കാൻ ക്ലാസുമുറികളിൽ അവസരമുണ്ടായാലേ കുട്ടികളുടെ ഭാഷാപ്രയോഗം ശുദ്ധമാകൂ.

കുഞ്ഞുങ്ങളേ,

നിങ്ങൾ ഉറക്കെത്തന്നെ ഭാഷ ഉച്ചരിച്ചു പഠിക്കണം. താഴ്ന്ന ക്ലാസിലെ കുട്ടികൾ വീട്ടിൽ വായിക്കുന്നതും ഉറക്കെത്തന്നെയാകണം. എങ്കിൽ മാത്രമേ തെറ്റുകൾ തിരുത്തിത്തരാൻ അറിവുള്ളവർക്കു കഴിയൂ. രക്ഷിതാക്കൾ കുട്ടികളുടെ പഠനമുറിയിൽ ഉണ്ടാകുന്നത് നന്ന്. 'ടി വി മാനിയ' കുറയാനും അതുപകരിക്കും.

എഴുത്തും വളരെ ശ്രദ്ധയോടെ ആയിരിക്കണം. മലയാളം അക്ഷരങ്ങളെല്ലാം എഴുതുന്നത് ഇടത്തുനിന്ന് വലത്തോട്ടാണ്. ചിലതിനു വ്യത്യാസമുള്ളതും അറിയണം. ഓരോ അക്ഷരവും എഴുതിത്തുടങ്ങിയാൽ ആ അക്ഷരം എഴുതിത്തീരുന്നതുവരെ എഴുത്തുപകരണം മാറ്റുന്നില്ല. മലയാള അക്ഷരങ്ങളെല്ലാം ഉരുണ്ടവയാണ്. ഓരോ അക്ഷരത്തിന്റെയും

വടിവ് ശരിയായി നോക്കി ഭംഗിയായിത്തന്നെ എഴുതി ശീലിക്കണം. എന്തെഴുതിയാലും നല്ല അക്ഷരത്തിലെഴുതുക. ചന്തമുള്ള അക്ഷരങ്ങൾ എഴുതി വികൃതമാക്കരുത്. നാം ചന്തം വരുത്താൻ എന്തെല്ലാം ചെയ്യുന്നു. നാം എഴുതുന്ന അക്ഷരങ്ങൾക്കും അല്പം ചന്തം വന്നോട്ടെ. ഓരോ വാക്കിലെയും അക്ഷരങ്ങൾ അടുപ്പിച്ചും വാക്കുകൾ തമ്മിൽ ചെറിയ അകലം പാലിച്ചുമാണ് മലയാളം എഴുതേണ്ടത്. നല്ല കൈയക്ഷരം ഒരു നിധിയാണെന്നോർക്കുക.

മലയാളം ശരിയായി എഴുതാനും, സംസാരിക്കാനും വേണ്ടത് ധാരാളം പദങ്ങൾ സ്വന്തമാക്കുകയാണ്. അക്ഷരങ്ങൾ ചേർന്നുണ്ടാകുന്ന അർത്ഥമുള്ള ശബ്ദമാണ് പദം അല്ലെങ്കിൽ വാക്ക്. കേട്ടും വായിച്ചും പദങ്ങൾ സമ്പാദിക്കുക.

തുടർന്ന് നല്കുന്നത് നിങ്ങളുടെ പദസമ്പത്തു കൂട്ടാനുള്ള ചില കാര്യങ്ങളാണ്. ശ്രദ്ധയോടെ വായിച്ച് ആ പദങ്ങൾ തിരിച്ചറിയുക. സംശയമുള്ളവ അറിവുള്ളവരോടു ചോദിച്ചറിയാൻ മടിക്കരുത്.

2

പര്യായങ്ങൾ

ഒരു ഗ്രാമീണ വിദ്യാലയം. സമയം രാവിലെ 9.50. കൂട്ടമണിയടി ശബ്ദം. പുറത്തു കളികളിൽ ഏർപ്പെട്ടിരുന്ന കുട്ടികൾ ക്ലാസുകളിലേക്ക് ഓടിക്കയറി, ശബ്ദങ്ങളോടെ. കൂട്ടബഹളം. കളിയും ചിരിയും. പലതരം ശബ്ദങ്ങൾ. കോലാഹലം തന്നെ, ക്ലാസുമുറികളിൽ. അദ്ധ്യാപകൻ വാതില്ക്കലെത്തി. അദ്ദേഹം ഉറക്കെ വിളിച്ചു പറഞ്ഞു:

"ഒച്ച വേണ്ട."

സർവ്വം ശാന്തം. ശബ്ദം ആകെ നിലച്ചു. സർവ്വത്ര നിശ്ശബ്ദത. കുട്ടികൾ എഴുന്നേറ്റ് അദ്ധ്യാപകനെ വണങ്ങി. അദ്ധ്യാപകൻ പറഞ്ഞത് 'ഒച്ച'വേണ്ടെന്ന്. കുട്ടികൾ ശബ്ദം നിർത്തി. അവർക്കറിയാം ഒച്ചയും ശബ്ദവും ഒന്നാണെന്ന്; ഒച്ചയ്ക്കു പകരമാണ് ശബ്ദമെന്ന്. ശബ്ദത്തിന്റെ പര്യായമാണ് ഒച്ചയെന്ന് അവർ പഠിച്ചിട്ടുണ്ട്. അതാണ് ശബ്ദം നിലച്ചത്.

ഒരു വാക്കിനു പകരമായി ഉപയോഗിക്കുന്ന അതേ അർത്ഥമുള്ള വാക്കാണ് പര്യായം.

പര്യായങ്ങൾ പഠിക്കുന്നതോടെ പുതിയ പദങ്ങൾ നിങ്ങൾ പരിചയപ്പെടുന്നു; ഒപ്പം അവയുടെ അർത്ഥവും.

പാഠഭാഗങ്ങളുമായി ബന്ധപ്പെട്ടുവരുന്ന പദങ്ങളുടെ പര്യായങ്ങളാണ് ഇവിടെ നല്കുന്നത്.

1. അമ്മ:- ജനനി, ജനയിത്രി, ജനിത്രി, മാതാവ്, പ്രസു, തായ.
2. അച്ഛൻ:- താതൻ, പിതാവ്, ജനകൻ, ജനയിതാവ്, ജന്മദാതാവ്.
3. അംശം:- ഭാഗം, പങ്ക്, വീതം, വിഭാഗം, ഓഹരി.
4. അടയാളം:- അങ്കം, ചിഹ്നം, ലക്ഷ്മം, ലാഞ്ഛനം, കളങ്കം.
5. അഗ്നി:- വഹ്നി, പാവകൻ, ദഹനൻ, അനലൻ, ജ്വലനൻ.

6. അതിഥി:- വിരുന്നുകാരൻ, ആവേശികൻ, ആഗന്തുകൻ, ഗൃഹാഗതൻ.
7. അത്ഭുതം:- വിസ്മയം, ആശ്ചര്യം.
8. അതിർത്തി:- സീമ, അതിര്, ഉപശല്യം, അവധി.
9. അനുജൻ:- അവരജൻ, കനി ഷ്ഠൻ,അനുജന്മാവ്, യവീയാൻ, കനീയാൻ.
10. അമ്പ്:- ശരം, സായകം, വിശിഖം, ബാണം, ആശുകം.
11. അധിപൻ:- നായകൻ, പതി, നേതാവ്, ഈശ്വരൻ, പരിവൃഢൻ.
12. അനുകമ്പ:- ദയ, കൃപ, കരുണ, അലിവ്, ആർദ്രത, കാരുണ്യം.
13. അരഞ്ഞാൺ:- കാഞ്ചി, കടിസൂത്രം, രശന, മേഖല, കടിത്രം.
14. അപവാദം:- ആക്ഷേപം, നിർവാദം, ഉപക്രോശം, പരിവാദം, നിന്ദനം, കുത്സ.
15. അരയന്നം:- അന്നം, മരാളം, ഹംസം, ചക്രാംഗം, മരാളകം.
16. അഭിപ്രായം:- ആശയം, ഇംഗിതം, ഛന്ദം, ആകൂതം.
17. അർജ്ജുനൻ:- പാർത്ഥൻ, കിരീടി, വിജയൻ, ഫൽഗുനൻ, ജിഷ്ണു.
18. അല്പം:- ലേശം, കിഞ്ചന, ലവം, ഈഷൽ, ചെറ്റ്.
19. അഹങ്കാരം:- അഹന്ത, ഔദ്ധത്യം, ഗർവ്വ്, ഡംഭ്, ഭള്ള്, ഹുങ്ക്.
20. അരയാൽ:- ചലദലം, പിപ്പലം, അശ്വത്ഥം, ബോധിവൃക്ഷം, ശൃംഗകം.
21. അർദ്ധരാത്രി:- പാതിരാത്രി, അർദ്ധരാത്രം, നിശീഥം, പാതിരാവ്.
22. അസുരൻ:- ദൈത്യൻ, ദനുജൻ, ദാനവൻ, ദൈതേയൻ, ദിതിസുതൻ.
23. അസ്ഥി:- എല്ല്, കീകസം, കല്യം, കുല്യം, മോദോജം.
24. അളി:- വണ്ട്, ഭ്രമരം, മധുപം, ഭൃംഗം, ഇന്ദിന്ദിരം.
25. ആകാശം:- വാനം, ഗഗനം, വ്യോമം, നഭസ്സ്, മാനം, അംബരം.
26. ആകൃതി:- ആകാരം, രൂപം, വടിവ്, പ്രതീകാശം, ഉരു.
27. ആക്ഷേപം: അപവാദം, നിന്ദ, അവർണ്ണം, ഗർഹണം, അപ്യാഖ്യാനം.
28. ആഗ്രഹം:- ആശ, അഭിലാഷം, ഇച്ഛ, ഈഹ, വാഞ്ഛ, കാമം.
29. ആജ്ഞ:- അനുവാദം, കല്പന, ശാസനം, നിദേശം, നിർദ്ദേശം.
30. ആട്ടം:- നൃത്തം, നടനം, നർത്തനം, ഗുണനിക.
31. ആണ്ട്:- വർഷം, അബ്ദം, കൊല്ലം, വത്സരം, സംവത്സരം.
32. ആട്:- അജം, മേഷം, ഛാഗലം, മേധം, മേനാദം, ഛാഗം.
33. ആന:- കരി, കളഭം, ദന്തി, ഹസ്തി, വാരണം, മാതംഗം, കുംഭി.
34. ആപത്ത്:- വിപത്ത്, വ്യസനം, അനർത്ഥം, വിപത്തി.
35. ആഭരണം:- അലങ്കാരം, ഭൂഷണം, വിഭൂഷണം, മണ്ഡനം.

36. ആമ:- കൂർമ്മം, കച്ഛപം, മാഷാദം, കമഠം.
37. ആലിംഗനം:- പരിരംഭം, പരിരംഭണം, സംശ്ലേഷം, ഉപഗൂഹനം.
38. ആവനാഴി:- തൂണം, തൂണീരം, തൂണി, ശരധി, ഉപാസംഗം.
39. ആശ്രയം:- രക്ഷ, ശരണം, ആലംബം.
40. ഇടയൻ:- ഗോപാലൻ, വല്ലവൻ, ആനായൻ.
41. ഇടി:- മേഘനാദം, രസിതം, ഗർജ്ജിതം, സ്തനിതം, മേഘനിർഘോഷം.
42. ഇരുട്ട്:- അന്ധകാരം, തിമിരം, തമസ്സ്, തമിസ്രം.
43. ഇന്ദ്രൻ:- മരുത്വാൻ, പുരന്ദരൻ, ശക്രൻ, സുരപതി, വാസവൻ.
44. ഇരട്ട:- യുഗ്മം, ദ്വന്ദ്വം, യുഗളം, മിഥുനം.
45. ഇല:- ദലം, പത്രം, പർണ്ണം, പലാശം, ഛദം, ബർഹം.
46. ഈശ്വരൻ:- ദൈവം, പരൻ, പരാപരൻ, സച്ചിദാനന്ദൻ, ഈശൻ.
47. ഉത്തമം:- പ്രധാനം, പ്രമുഖം, മുഖ്യം, വര്യം, വരേണ്യം.
48. ഉദരം:- വയറ്, ജഠരം, ചടു, തുന്ദം, കുക്ഷി.
49. ഉപമം:- തുല്യം, സന്നിഭം, ഒപ്പം, സമാനം, സദൃശം, സങ്കാശം.
50. ഉപ്പ്:- സാമുദ്രം, ലവണം, വസിരം, ഊഷകം, അക്ഷീവം.
51. ഉറക്കം:- നിദ്ര, സുഷുപ്തി, സുപ്തി, സ്ഥാപം, സംവേശം.
52. ഉറുമ്പ്:- പിപീലിക, വല്മി, വമ്രി, വമ്രം.
53. ഊളൻ:- കുറുക്കൻ, കുറുനരി, ജംബൂകം, സൃഗാലം, ഗോമായു.
54. എട്ടുകാലി:- ചിലന്തി, ഊർണ്ണനാഭം, അഷ്ടാപദം, ശലകം, മർക്കടകം, ഊർണ്ണായു.
55. എപ്പോഴും:- സതതം, സന്തതം, അനിശം, അനവരതം, സദാ, സർവ്വദാ.
56. എലി:- മൂഷികൻ, മൂഷകം, മൂഷകൻ, ആഖു, കുന്ദുരു.
57. എല്ലാം:- അഖിലം, നിഖിലം, സർവ്വം, സകലം, സമഗ്രം, സമസ്തം.
58. ഏണി:- സോപാനം, ഗോവണി, നിശ്രേണി, അധിരോഹിണി.
59. ഒച്ച:- ശബ്ദം, നാദം, രവം, ആരവം, സ്വരം, നിനദം.
60. ഓടക്കുഴൽ:- വേണു, മുരളി, സുഷിരം, പുല്ലാങ്കുഴൽ.
61. ഓർമ്മ:- സ്മരണ, സ്മൃതി, ചിന്ത, ഉപസ്മരണം, ആദ്ധ്യാനം.
62. ഓളം:- തിര, തരംഗം, വീചി, കല്ലോലം, ഊർമ്മി.
63. ഔഷധം:- മരുന്ന്, ഭേഷജം, ജായു, അഗദം, ഭൈഷജ്യം.
64. കച്ചവടക്കാരൻ:- വ്യാപാരി, വണിക്, സാർത്ഥവാഹൻ, വാണികൻ, ആപണികൻ.
65. കച്ചവടം:- വ്യാപാരം, വിപണം, വാണിഭം, വിക്രയം, നീവരം.

66. കഞ്ഞി:- ഉഷ്ണിക, യവാഗു, തരള, വിലോപി, ശ്രാണ.

67. കടൽ:- ആഴി, സമുദ്രം, സാഗരം, രത്നാകരം, വാരിധി, ജലധി, പാരാവാരം, അബ്ധി, അംബുധി, അർണ്ണവം...

68. കടുംചെമപ്പ്:- രോഹിതം, ലോഹിതം, രക്തം.

69. കടുവ:- വ്യാഘ്രം, നരി, ദ്വീപി, ശാർദ്ദൂലം.

70. കഠിനം:- കർക്കശം, കഠോരം, കർക്കടം, ദൃഢം, ഘനം.

71. കട്ടിൽ:- മഞ്ചം, തല്പം, പര്യങ്കം, തളിമം, പരികരം.

72. കണ്ഠം:- കഴുത്ത്, ഗളം, ഗ്രീവം, കന്ധരം, ശിരോധരം.

73. കണ്ണുനീർ:- അശ്രു, ബാഷ്പം, നേത്രാംബു, അസ്രു.

74. കണ്ണ്:- ദൃഷ്ടി, നയനം, ലോചനം, നേത്രം, അക്ഷി, ചക്ഷു.

75. കരച്ചിൽ:- രോദനം, വിലാപം, ക്രന്ദനം, പരിദേവനം, ആക്രന്ദനം.

76. കപാലം:- തലയോട്, കർപ്പരം, ഖർപ്പരം, കരോടി.

77. കര:- തീരം, തടം, കൂലം, പ്രതിരം, രോധസ്.

78. കർണ്ണൻ:- രാധേയൻ, ആധിരഥി, വസുഷേണൻ, കാനീനൻ, വൈകർത്തനൻ.

79. കലപ്പ:- സീരം, ഹലം, ഗോദാരണം, ലാംഗലം.

80. കല്ല്:- ശില, പാഷാണം, ഉപലം, അശ്മം, പ്രസ്തരം.

81. കളി:- കേളി, ക്രീഡ, ഖേല, വിഹാരം, നർമ്മം.

82. കള്ളൻ:- തസ്കരൻ, ചോരൻ, പാടച്ചരൻ, മോഷ്ടാവ്, ചോരൻ.

83. കഴുത:- ഗർദഭം, ബാലേയം, രാസഭം, ഖരം, ചക്രീഖൻ.

84. കറുത്തനിറം:- കൃഷ്ണം, ശ്യാമളം, ശ്യാമം, മേചകം, കാളം.

85. കാക്ക:- വായസം, ഏകദൃഷ്ടി, ബലിഭുക്ക്, കരടം, കാരവം.

86. കാട്:- അടവി, വിപിനം, ആരണ്യം, കാനനം, കാന്താരം, വനം.

87. കാമദേവൻ:- മദനൻ, മാരൻ, അനംഗൻ, മലരമ്പൻ, കന്ദർപ്പൻ, രതിപതി.

88. കാമുകൻ:- കമിതാവ്, കാമനൻ, കമനൻ, അനുകൻ, അഭികൻ.

89. കാരണം:- ഹേതു, മൂലം, നിമിത്തം, നിദാനം, ബീജം.

90. കാലൻ:- യമൻ, പിതൃപതി, അന്തകൻ, ധർമ്മരാജൻ, കൃതാന്തൻ.

91. കാല്:- പദം, പാദം, ചരണം, അംഘ്രി, പത്ത്.

92. കാൽച്ചിലമ്പ്:- നൂപുരം, കിങ്ങിണി, പാദാംഗദം, മഞ്ജീരം, തുലാകോടി.

93. കാള:- വൃഷം, ഉക്ഷം, ഋഷഭം, സൗരഭേയം.

94. കിടക്ക:- ശയനം, ശയനീയം, ശയ്യ, തല്പം.

95. കീർത്തി:- പ്രശസ്തി, ഖ്യാതി, പ്രസിദ്ധി, വിഖ്യാതി, യശസ്സ്.

96. കുട്ടി:- പോതം, പൈതൽ, ശിശു, അർഭകൻ, ഡിംഭൻ, വത്സൻ.
97. കുതിര:- അശ്വം, തുരഗം, തുരംഗം, ഹയം, വാജി, സാരംഗം.
98. കുയിൽ:- പികം, കോകിലം, വനപ്രിയം, കളകണ്ഠം, പരഭൃതം.
99. കുരങ്ങൻ:- വാനരൻ, മരഞ്ചാടി, കപി, മർക്കടൻ, പ്ളവഗം, കീശൻ.
100. കുളം:- വാപി, പുഷ്കരിണി, ജലാശയം, ഖാതം.
101. കുറുനിര:- അളകം, ഭ്രമരകം, ചൂർണ്ണകുന്തളം, ഖങ്കരം.
102. കൂട്:- നീഡം, പഞ്ജരം, കുലായം.
103. കൂട്ടം:- സമൂഹം, സഞ്ചയം, ഗണം,വൃന്ദം, പംക്തി, രാജി, നിര, തതി, വ്യൂഹം.
104. കൈ:- പാണി, ഹസ്തം, ബാഹു, കരം, ഭുജം.
105. കൊടിക്കൂറ:-പതാക, കേതനം, ധ്വജം, വൈജയന്തി.
106. കൊടിമരം:- ധ്വജം, കേതനം, കേതു, ലലാമം.
107. കൊല:- വധം, ഘാതം, ഹനനം, ക്ഷണനം, നിഗ്രഹം, ഉന്മാഥം.
108. കോപം:- ക്രോധം, അരിശം, ദേഷ്യം, രോഷം, ഈറ, ക്രുത്ത്.
109. കൗതുകം:- കുതൂഹലം, കൗതൂഹലം, കുതുഹം.
110. ഗണപതി:- വിനായകൻ, ഗജാനനൻ, ലംബോദരൻ, ഗജമുഖൻ, ഗണാധിപൻ, വിഘ്നേശ്വരൻ.
111. ഗുഹ:- കന്ദരം, ഗഹ്വരം, ദരി, ബിലം.
112. ഗൃഹം:- മന്ദിരം, ഗേഹം, ഭവനം, സദനം, ആഗാരം, നിലയം, ആലയം, വസതി, വസ്തം.
113. ചക്രവർത്തി:- സമ്രാട്ട്, സാർവ്വഭൗമൻ, രാജരാജൻ, രാജാധിരാജൻ, അധീശ്വരൻ.
114. ചന്ദനം:- മലയജം, മാലേയം, ഗന്ധസാരം, ഭദ്രശ്രീ.
115. ചന്ദ്രൻ:- ഇന്ദു, സോമൻ, ശശാങ്കൻ, ശശധരൻ, വിധു, സുധാംശു, മൃഗാങ്കൻ, ഹിമാംശു, കലാനിധി.
116. ചാരം:- ഭസ്മം, ഭൂതി, ചാമ്പൽ, ഭസിതം, ക്ഷാരം.
117. ചിരി:- ഹാസം, സ്മിതം, സ്മേഹം, ഹസിതം.
118. ചിറക്:- പക്ഷം, പത്രം, പതത്രം, തനൂരുഹം, ഛദം.
119. ചുണ്ട്:- ഓഷ്ഠം, അധരം, രദന, ഛദം, ദശനവാസസ്,
120. ചെമപ്പ്:- ശോണം, ലോഹിതം, അരുണിമ, രോഹത, ആരുണ്യം.
121. ചെവി:- കർണ്ണം, ശ്രോത്രം, ശ്രവം, ശബ്ദഗ്രാഹം, ശ്രുതി.
122. ചൊവ്വ:- ഭൗമൻ, മഹീസുതൻ, കുജൻ, അംഗാരകൻ.
123. ചോറ്:- അന്നം, ഓദനം, ഭുക്തം, അന്ധസ്സ്.
124. ജനനം:- ജന്മം, ജനി, ഉത്പത്തി, ഉദ്ഭവം, ഭവം.

125. ജലം:- വാരി, സലിലം, പയസ്സ്, തോയം, നീരം, ഉദകം, അംബു, അർണ്ണസ്, വനം.

126. ജ്യേഷ്ഠൻ:- പൂർവ്വജൻ, അഗ്രജൻ, അഗ്രിയൻ.

127. തടസ്സം:- വിഘ്നം, പ്രതിബന്ധം, ഭംഗം, പ്രത്യൂഹം, വിഘാതം.

128. തല:- ഉത്തമാംഗം, ശിരസ്സ്, ശീർഷം, മൂർദ്ധാവ്, വരാംഗം.

129. തലമുടി:- കേശം, കുന്തളം, കചം, വേണി, കുഴൽ, ശീരോരുഹം.

130. തളിര്:- പല്ലവം, കിസലയം, വിടപം, പ്രവാളം.

131. താമര:- പത്മം, കമലം, നളിനം, അരവിന്ദം, അംബുജം, സരോജം, അർണ്ണോജം, വാരിജം, കുവലയം, രാജീവം, സാരസം, പുഷ്കരം, നീരജം, ജലജം, പുണ്ഡരീകം...

132. താമരപ്പൊയ്ക:- പത്മിനി, നളിനി, പത്മാകരം, കമലിനി, മൃണാളിനി.

133. തിര:- തരംഗം, വീചി, ഓളം, ഊർമ്മി, കല്ലോലം, ഭംഗം.

134. തുല്യം:- ഒപ്പം, സദൃശം, സമാനം, നിഭം, സമം.

135. തുളസി:- തൃത്താവ്, സുരഭി, പാവനി, വൃന്ദ, ഹരിപ്രിയ.

136. തെങ്ങ്:- ലാംഗലി, നാളികേരം, കേരവൃക്ഷം, രസഫലം, നീലതരു, നാരികേരം.

137. തേൻ:- മധു, മരന്ദം, മകരന്ദം, മടു, സവം.

138. തേൻമാവ്:- ചൂതം, രസാലം, ആമ്രം, മാകന്ദം, സുഫല, മധുഫല.

139. തേരാളി:- സാരഥി, സൂതൻ, നിയന്താവ്, രഥകുടുംബി, പ്രാജിതാവ്.

140. തോഴി:- സഖി, ആളി, ചേടി, വയസ്യ.

141. ദയ:- കരുണ, അനുകമ്പ, കാരുണ്യം, കൃപ.

142. ദിക്ക്:- ആശ, ദിശ, ഹരിത്, കകുഭം.

143. ദിവസം:- ദിനം, വാസരം, അഹസ്സ്, ഘസ്രം.

144. ദുഃഖം:- വ്യഥ, സങ്കടം, ക്ലേശം, സന്താപം, താപം, ശോകം, മന്യു, ആതങ്കം.

145. ദുഷ്ടൻ:- ഖലൻ, പിശുനൻ, കശ്മലൻ, നീചൻ, മൂർഖൻ.

146. ദേവൻ:- അമരൻ, സുരൻ, വിബുധൻ, ആദിതേയൻ, നിർജ്ജരൻ.

147. ദേഹം:- ശരീരം, തനു, ഗാത്രം, കായം, മേനി, വപുസ്സ്, അംഗം, മെയ്യ്, കളേബരം, വിഗ്രഹം, വർഷ്മാവ്.

148. ദ്വാരം:- സുഷിരം, വിവരം, രന്ധ്രം, കൂഹരം, വിലം.

149. ധനം:- വിത്തം, സമ്പത്ത്, സ്വത്ത്, ദ്രവ്യം, വസു.

150. നക്ഷത്രം:- താരം, താരകം, ഉഡു, ഋക്ഷം, ഉഡവം.

151. നഗരം:- പുരം, പുരി, നഗരി, പത്തനം, നിഗമം.

152. നദി:- തടിനി, സരിത്ത്, സ്രോതസ്വിനി, കുല്യ, പയസ്വിനി, പുഴ, വാഹിനി.

153. നാക്ക്:- നാവ്, ജിഹ്വ, രസന, രസജ്ഞ, രശന.
154. നാണം:- ലജ്ജ, ത്രപ, വ്രീഡ, വ്രീള, മന്ദാക്ഷം.
155. നാമം:- നാമധേയം, പേര്, അഭിധാനം, ആഹ്വയം, ആഹ്വ.
156. നായ്:- ശ്വാവ്, ശുനകൻ, ശ്വാനൻ, സാരമേയം, കുക്കുരം.
157. നാസിക:- മൂക്ക്, ഘ്രാണം, ഗന്ധവഹം, നാസ, നസ, നസ്യ.
158. നെഞ്ച്:- മാറിടം, ഉരസ്സ്, വക്ഷസ്സ്, മാറ്, വത്സം, ഭുജാന്തരം.
159. നെറ്റി:- ഫാലം, ലലാടം, ഗോധി, അളീകം.
160. നെയ്യ്:- ഘൃതം, ഹവിസ്സ്, ജീവനീയം, നവനീതജം.
161. നിലാവ്:- ചന്ദ്രിക, കൗമുദി, ജ്യോത്സ്ന.
162. പകൽ:- വാസരം, ദിനം, ദിവസം, അഹസ്സ്, ഘസ്രം.
163. പക്ഷി:- ഖഗം, വിഹംഗം, വിഹഗം, പത്രി, പതംഗം, നീഡജം, ദ്വിജം, അണ്ഡജം.
164. പച്ചനിറം:- ഹരിതം, ഹരിത്ത്, പലാശം.
165. പടിഞ്ഞാറ്:- പശ്ചിമം, പ്രതീചി, വാരുണി, പ്രത്യക്.
166. പരശുരാമൻ:- ഭാർഗവൻ, ഭൃഗുരാമൻ, ജാമദഗ്ന്യൻ, രേണുകാത്മജൻ, ഭാർഗ്ഗവരാമൻ.
167. പർവ്വതം:- ശൈലം, ഗിരി, അചലം, അദ്രി, അഗം, നഗം, ജീമൂതം, ശിഖരി.
168. പല്ല്:- ദന്തം, രദം, ദശനം, രദനം, ദ്വിജം.
169. പാപം:- പങ്കം, കലുഷം, ദുഷ്കൃതം, കല്മഷം, അഘം.
170. പാമ്പ്:- നാഗം, പന്നഗം, സർപ്പം, ഉരഗം, വിഷധരം,
171. പാൽ:- ക്ഷീരം, പയസ്സ്, ദുഗ്ദ്ധം.
172. പാർവ്വതി:- ഗൗരി, ഉമ, ഗിരിജ, ശൈലജ, ഹൈമവതി.
173. പിച്ചകം:- മാലതി, ചേതിക, സുരഭിഗന്ധ, സന്ധ്യാപുഷ്പം, സുരപ്രിയ.
174. പുത്രി:- മകൾ, തനയ, സുത, തനുജ, തനൂജ, നന്ദിനി.
175. പുഷ്പം:- സുമം, കുസുമം, സൂനം, പ്രസൂനം, മലർ, അലർ, താര്.
176. പൂന്തോട്ടം:- ഉദ്യാനം, ആരാമം, ഉപവനം, മലർവാടി, പൂവനം, പൂവാടി.
177. പൂച്ച:- ഓതു, മാർജ്ജാരം, ആഖുഭുക്ക്, വൃഷദംശകം.
178. പെരുമ്പറ:- പടഹം, ഭേരി, ദുന്ദുഭി, ആനകം.
179. പൊടി:- ധൂളി, രേണു, പാംസു, ചൂർണ്ണം, രജസ്സ്.
180. പൊട്ട്:- തികലം, ചിത്രകം, തൊടുകുറി. തമാലം, വിശേഷകം.
181. പ്രഭാതം:- ഉഷസ്സ്, പ്രത്യൂഷം, വിഭാതം, പ്രാതഃകാലം, പുലർകാലം.
182. പ്രാവ്: കപോതം, കളരവം, പാരാവതം, ചിത്രകണ്ഠം.

183. ബലഭദ്രൻ:- ബലരാമൻ, ഹലായുധൻ, മുസലി, ഹലി, സീരപാണി, സങ്കർഷണൻ.

184. ബുദ്ധൻ:- ഗൗതമൻ, മാരജിത്ത്, സിദ്ധാർത്ഥൻ, തഥാഗതൻ, ശാക്യമുനി.

185. ബുദ്ധി:- മനീഷ, ധിഷണ, പ്രജ്ഞ, ധീ, ചേതന.

186. ബ്രഹ്മാവ്:- പിതാമഹൻ, സ്വയംഭൂ, ധാതാവ്, വിധാതാവ്, വിരിഞ്ചൻ.

187. ഭക്ഷണം:- ആഹാരം, ഭോജനം, അശനം, ലേഹം, ലേപം.

188. ഭയങ്കരം:- ഭീഷണം, ഭീഷ്മം, ഘോരം, ഭയാനകം, ഭൈരവം.

189. ഭയം:- ഭീതി, ഭീ, പേടി, ദരം, ത്രാസം.

190. ഭർത്താവ്:- പതി, വല്ലഭൻ, കാന്തൻ, ദയിതൻ, ധവൻ.

191. ഭാര്യ:- പത്നി, വല്ലഭൻ, ദയിത, കാന്ത, കളത്രം, ജായ, ദാരങ്ങൾ.

192. ഭീഷ്മർ:- ദേവവ്രതൻ, ഗംഗാദത്തൻ, ഗാംഗൻ, ഗംഗേയൻ, ഗംഗാതനയൻ.

193. ഭൂമി:- ധര, ധരിത്രി, വിശ്വംഭര, അനന്ത, ധരണി, ക്ഷോണി, പൃഥ്വി, ക്ഷമ, പാര്, പാരിടം, ഭൂതലം.

194. മംഗളം:- ശ്രേയസ്സ്, കല്യാണം, ശുഭം, ഭാവുകം, ഭദ്രം, ശിവം.

195. മഞ്ഞ്:- ഹിമം, നീഹാരം, തുഷാരം, പ്രാലേയം, തുഹിനം.

196. മത്സ്യം:- ഝഷം, മീനം, ശകുലി, ശംബരം, അണ്ഡജം.

197. മദ്യം:- മദിര, സുര, കാദംബരി, കശ്യം, ഹാല, മധു.

198. മനസ്സ്:- ചിത്തം, മാനസം, അകം, ചേതസ്സ്, ഉള്ള്.

199. മനുഷ്യൻ:- മാനവൻ, മനുജൻ, മർത്ത്യൻ, നരൻ, മാനുഷൻ, പൂരുഷൻ.

200. മനോഹരം:- സുന്ദരം, ചാരു, രുചിരം, ശോഭനം, സുഷമം, കാന്തം, മനോജ്ഞം, മഞ്ജു, രുച്യം, മഞ്ജുളം, ചേതോഹരം.

201. മയിൽ:- മയൂരം, കേകി, ശിഖി, ബർഹി, നീലകണ്ഠം.

202. മരണം:- മൃത്യു, നാശം, ചരമം, അന്തം, ജീവനാംശം, പ്രാണഹാനി.

203. മരുന്ന്:- ഔഷധം, ഭേഷജം, ജായു, അംഗദം.

204. മഴ:- മാരി, വൃഷ്ടി, വർഷം.

205. മാവ്:- മാകന്ദം, രസാലം, ആമ്രം, ചൂതം, ചൂഡം.

206. മാളിക:- ഹർമ്മ്യം, പ്രാസാദം, മേട, സൗധം.

207. മാൻ:- ഏണം, ഹരിണം, മൃഗം, സാരംഗം, കുരംഗം.

208. മുഖം:- ആനനം, ആസ്യം, വദനം, വക്ത്രം, ലപനം.

209. മുല:- സ്തനം, വക്ഷോജം, കുചം, കൊങ്ക, പയോധരം.
210. മുറ്റം:- അങ്കണം, ചത്വരം, അജിരം.
211. മേഘം:- വാരിദം, ജലദം, ഘനം, അംബുദം, ജലധരം.
212. യാചകൻ:- അർഥി, മാർഗണൻ, യാചനകൻ, വനീപകൻ.
213. യുദ്ധം:- ആയോധനം, സംഗരം, സമരം, സംഗ്രാമം, രണം, പോര്, അടർ.
214. രശ്മി:- കിരണം, അംശു, ഭാനു, മയൂഖം, മരീചി, കരം.
215. രാക്ഷസൻ:- രജനീചരൻ, യാതു, നക്തഞ്ചരൻ, കൗണപൻ.
216. രാജാവ്:- നൃപൻ, അരചൻ, നരപതി, മന്നൻ, ഭൂപൻ, മന്നവൻ.
217. രാത്രി:- രജനി, നിശ, രാവ്, അല്ല്, യാമിനി, ത്രിയാമ, ക്ഷപ.
218. രോഗം:- വ്യാധി, ആതങ്കം, രാജ, രുക്, ഗദം, ആമയം.
219. രാവണൻ:- ദശമുഖൻ, ദശാസ്യൻ, ദശവദനൻ, പൗലസ്ത്യൻ, പംക്തിമുഖൻ.
220. ലക്ഷ്മി:- മാ, രമ, ഇന്ദിര, പൂമാത്, കമല, പത്മ.
221. ലജ്ജ:- വ്രീഡ, മന്ദാക്ഷം, നാണം, വ്രീള.
222. വസ്ത്രം:- അംബരം, വസനം, പടം, ചേല, അംശുകം.
223. വള്ളം:- വഞ്ചി, തോണി, നൗക, തരണി, തരി.
224. വളഞ്ഞത്:- കുടിലം, അരാളം, വക്രം, കുഞ്ചിതം, വൃജിനം.
225. വഴി:- മാർഗ്ഗം, പന്ഥാവ്, സരണി, വർത്തനി, പദ്ധതി.
226. വാക്ക്:- പദം, ഉക്തി, വചനം, ഭാഷിതം, വാണി, മൊഴി, വചസ്സ്.
227. വാതിൽ:- കവാടം, കപാടം, ദ്വാരം, അരരം.
228. വായു:- അനിലൻ, പവനൻ, മാരുതൻ, സമീരണൻ, പവമാനൻ.
229. വാഴ:- രംഭ, സുഫല, കദളി, ഗുച്ഛ, ഫല.
230. വിദ്വാൻ:- മനീഷി, വിജ്ഞൻ, ബുധൻ, കോവിദൻ, പ്രാജ്ഞൻ.
231. വിവാഹം:- വേളി, പരിണയം, കല്യാണം, പാണിഗ്രഹണം, ഉപയമം.
232. വിഷ്ണു:- നാരായണൻ, കേശവൻ, ഹരി, ചക്രപാണി, വൈകുണ്ഠൻ, അച്യുതൻ, മധുരിപു.
233. വൃക്ഷം:- മഹീരുഹം, തരു, പാദപം, ശാഖി, സാലം, ദ്രുമം.
234. വെളുപ്പുനിറം: സിതം, ശ്വേതം, ശുഭ്രം, ഗൗരം, ശുചി.
235. വെളുത്തവാവ്:- പൗർണ്ണമി, പൂർണ്ണിമ, പർവ്വം, രാക.
236. വേഗം:- സത്വരം, ദ്രവം, ആശു, ശീഘ്രം, ദ്രുതം, ത്വരിതം.
237. വേര്:- മൂലം, ആംഘ്രി, ശിഫ, ജട, നാമകം.
238. വേഴാമ്പൽ:- ചാതകം, സാരംഗം, സ്തോകകം, ദിവൗകസ്.

239. ശത്രു:- വൈരി, രിപു, ആരാതി, ദസ്യു, അരി.

240. സന്തോഷം:-ഹർഷം, ആമോദം, ആനന്ദം, മോദം, പ്രമോദം.

241. സന്ധ്യ:- അന്തി, പ്രദോഷം, ദിനാന്തം, സായാഹ്നം.

242. സമീപം:- സവിധം, നികടം, സന്നിധി, അന്തികം.

243. സരസ്വതി:- ഭാരതി, വാഗീശ്വരി, ശാരദ, വാഗ്ദേവത, വാണീദേവി.

244. സഹോദരൻ:- സഹജൻ, സോദരൻ, സഗർഭ്യൻ, ഭ്രാതാവ്.

245. സാമർത്ഥ്യം:- നൈപുണ്യം, വൈദഗ്ദ്ധ്യം, പ്രാഗല്ഭ്യം, പ്രാവീണ്യം, മിടുക്ക്.

246. സിംഹം:- കേസരി, ഹരി, പഞ്ചാസ്യൻ, മൃഗേന്ദ്രൻ, കണ്ഠീരവൻ.

247. സൂര്യൻ:- ദിനകരൻ, ഭാനുമാൻ, ആദിത്യൻ, സവിതാവ്, രവി, ഇനൻ, പകലോൻ.

248. സ്ത്രീ:- നാരി, സീമന്തിനി, യോഷാ, വനിത, മഹിള, അംഗന, ലലന, മാനിനി.

249. സ്വർണ്ണം:- കനകം, കാഞ്ചനം, ഹിരണ്യം, സുവർണ്ണം, ഹേമം.

250. ഹനുമാൻ:- മാരുതി, ആഞ്ജനേയൻ, പവനജൻ, അനിലസുതൻ, മരുത്സുതൻ.

3

നാനാർത്ഥങ്ങൾ

ഗോപിയും രഘുവും ഒരേ ക്ലാസ്സിൽ പഠിക്കുന്ന നല്ല കൂട്ടുകാരാണ്. എപ്പോഴും തർക്കമാണ്, പല കാര്യങ്ങളെക്കുറിച്ചും. ഇന്നത്തെ തർക്കം അംബരം എന്ന വാക്കിന്റെ അർത്ഥത്തെപ്പറ്റിയാണ്. ഗോപി ആകാശം എന്നും രഘു വസ്ത്രമെന്നും വാദിച്ചു. തർക്കവിഷയം അദ്ധ്യാപകനു മുന്നിലെത്തി.

“നിങ്ങൾ രണ്ടുപേരും ശരിയാണു പറഞ്ഞത്.”

“അതെങ്ങനെയാ സാർ?”

“പറയാം. ശ്രദ്ധയോടെ കേൾക്കുക.”

പദങ്ങൾക്ക് ഒരർത്ഥമല്ല ഉള്ളത്. പല അർത്ഥം ഉണ്ടായിരിക്കും. അംബരത്തിന് ആകാശം എന്നും വസ്ത്രം എന്നും അർത്ഥമുണ്ട്. പ്രയോഗിക്കുന്ന സന്ദർഭത്തിനു യോജിച്ച അർത്ഥം സ്വീകരിക്കാം.

ഒരു വാക്കിനുള്ള പല അർത്ഥങ്ങളെ ആ വാക്കിന്റെ നാനാർത്ഥങ്ങൾ എന്നു പറയും.

ഇപ്പോൾ തർക്കത്തിൽ ആരും തോറ്റില്ലല്ലോ.

ഇനി നമുക്ക് ചില പദങ്ങളുടെ നാനാർത്ഥങ്ങൾ പഠിക്കാം.

1. അകം - ഉള്ള്, ഹൃദയം, ഗൃഹം, ദേശം, മനസ്സ്.
2. അങ്കം - മടിത്തട്ട്, അടയാളം, യുദ്ധം, നാടകത്തിലെ ഒരു ഭാഗം, പാപം, ഒരാഭരണം.
3. അക്ഷം - അച്ചുതണ്ട്, വണ്ടിച്ചക്രം, ചൂതിനുള്ള കരു, തേര്, ജ്ഞാനം, പാമ്പ്, ഇന്ദ്രിയം, രുദ്രാക്ഷം.
4. അക്ഷരം - സ്വരം, ലിപി, ജലം, യാഗം, മോക്ഷം, ധർമ്മം, വ്രതം.

5. അഗം - പർവ്വതം, പാമ്പ്, വൃക്ഷം, ഏഴ് എന്ന സംഖ്യ.
6. അംഗം - ശരീരം, അവയവം, മനസ്സ്, ഒരുദേശം, കൂട്ടത്തിൽ ഒരുവൻ, സേനാവിഭാഗം.
7. അണ്ഡജം - മത്സ്യം, പക്ഷി, കോഴി, പാമ്പ്.
8. അജം - ആട്, മേടം രാശി, യാഗപ്പശു, ഒരു ധാന്യം.
9. അനന്തം - ആകാശം, അവസാനമില്ലാത്തത്, സ്വർണ്ണം, അനവധി.
10. അടക്കം - ക്ഷമ, വിനയം, രഹസ്യം, കൈവശപ്പെടുത്തൽ, ശവസംസ്കാരം.
11. അന്തരം - ദ്വാരം, അവസരം, വ്യത്യാസം, ഇട, മറവ്, സ്ഥലം.
12. അടി - തല്ല്, പാദം, പദ്യത്തിലെ വരി, പതിക്കൽ.
13. അബ്ദം - വത്സരം, മേഘം, മുത്തങ്ങ, ഒരു പർവ്വതം.
14. അണി - അലങ്കരിക്കൽ, ഭംഗി, സമൂഹം, നിരയായി നില്ക്കൽ.
15. അമൃതം - ജലം, മോക്ഷം, പീയൂഷം.
16. അംബ - അമ്മ, പാർവ്വതി, ഒരു അപ്സരസ്ത്രീ.
17. അംബരം- ആകാശം, വസ്ത്രം, ജലം, കുങ്കുമം, പാപം, പച്ചില.
18. അദ്രി - പർവ്വതം, വൃക്ഷം, മേഘം, സൂര്യൻ, ഒരളവ്, പാറക്കല്ല്.
19. അംശു - രശ്മി, നൂൽ, വേഗം, മുന, അണു, വസ്ത്രം.
20. അനംഗം - ശരീരമില്ലാത്തത്, ആകാശം, കാറ്റ്, മനസ്സ്.
21. അളി - വണ്ട്, കൂട്ടം, തേൾ, മദ്യം.
22. അഴൽ - ചൂട്, ദുഃഖം, വിയർപ്പ്.
23. അനുരാഗം- പ്രേമം, സൗഹൃദം, ചെമപ്പ്, ആസക്തി.
24. അന്തം - അവസാനം, മരണം, അഗ്രം, അതിർത്തി.
25. അന്നം - ചോറ്, അരയന്നം, ജലം, ഭൂമി.
26. അൻപ് - സ്നേഹം, സന്തോഷം, ദയ, ഭക്തി.
27. അഭിധാനം- പേര്, നിഘണ്ടു, പദം, കഥനം.
28. അംബുജം- താമര, ശംഖ്, നീർക്കടമ്പ്, ചിപ്പി, ഉപ്പ്, വജ്രായുധം.
29. അരാളം - വളഞ്ഞത്, കൈ, മദിച്ച ആന, ഒരു ഹസ്തമുദ്ര.
30. അർക്കൻ- സൂര്യൻ, അഗ്നി, വിഷ്ണു, പണ്ഡിതൻ, ഇന്ദ്രൻ, ദേവത, ജ്യേഷ്ഠൻ.
31. അർത്ഥം - ധനം, വാക്കിന്റെ പൊരുൾ, നിവൃത്തി, ഉദ്ദേശ്യം, വസ്തുതത്ത്വം.
32. അവധി - അതിർത്തി, ഒഴിവുകാലം, നിശ്ചിതസമയം, തവണ, അവസാനം.
33. ആകാരം - ശരീരം, അടയാളം, സ്വഭാവം, അഭിപ്രായം.
34. ആക്കം - ബലം, ഐശ്വര്യം, ആശ്വാസം, ഗതി, തക്കം, വേഗം.
35. ആടൽ - ദുഃഖം, ചാഞ്ചാട്ടം, നൃത്തം, ഉത്ക്കണ്ഠ.
36. ആതപം - വെയിൽ, ചൂട്, പ്രകാശം.
37. ആയം - മെയ്‌വഴക്കം, ധനാഗമം, ലാഭം, ലാക്ക്.

38. ആർത്തി - ദുഃഖം, രോഗം, പീഡ, ആഗ്രഹം, നാശം.
39. ആലസ്യം - ക്ഷീണം, മടി, രോഗം, സഞ്ചാരീഭാവങ്ങളിൽ ഒന്ന്.
40. ആശ - ദിക്ക്, ആഗ്രഹം, പ്രതീക്ഷ.
41. ആശയം - മനസ്സ്, അർത്ഥം, ഇരിപ്പിടം, വയറ്, അഭിപ്രായം.
42. ആസനം - പീഠം, ഇരിപ്പ്, വേങ്ങ, പൃഷ്ഠം.
43. ആളി - തോഴി, കൂട്ടം, വണ്ട്, തേൾ.
44. ഇര - ഭക്ഷണം, ഭൂമി, വാക്ക്, മദ്യം, സൗഖ്യം.
45. ഈശ്വരൻ- ശിവൻ, രക്ഷിതാവ്, രാജാവ്, പരമാത്മാവ്, വിഷ്ണു.
46. ഉത്തരം - വടക്ക്, മേൽഭാഗം, ശ്രേഷ്ഠം, പ്രതിവാക്യം.
47. ഉത്പതനം- മുകളിലേക്കുള്ള ചാട്ടം, ഉദ്ഭവം, കയറ്റം, പറക്കൽ.
48. ഉത്സവം - ആഘോഷം, കോപം, ആനന്ദാവസരം, അഹംഭാവം.
49. ഉദയം - ഉദ്ഭവം, ക്ഷേമം, ഉത്സവം, സൗഭാഗ്യം, അഭിവൃദ്ധി.
50. ഉദ്യോഗം - തൊഴിൽ, ഉദ്യമം, ഉത്സാഹം, പ്രയത്നം.
51. ഉപപത്തി- കാരണം, സിദ്ധി, അറിവ്, ബന്ധം, ഔചിത്യം.
52. ഉള്ളം - ഉൾഭാഗം, മനസ്സ്, ആശയം, അകം.
53. ഋണം - കടം, കടമ, ജലം, ഭൂമി, കോട്ട.
54. എണ്ണുക - കണക്കുകൂട്ടുക, വിചാരിക്കുക, വിശ്വസിക്കുക.
55. ഏടാകൂടം - അപകടം, ദുർഘടം, ഭംഗിയില്ലായ്മ, ഉപദ്രവം.
56. ഒഴിവ് - അവധി ദിവസം, ഉപായം, വേർപാട്, ഇളവ്, അവസരം, നിർവ്വാഹം.
57. ഒലി - ശബ്ദം, ശോഭ, കൂട്ടം, മറവ്.
58. കചം - തലമുടി, മേഘം, തഴമ്പ്, ബന്ധനം.
59. കടകം - പൊൻവള, നഗരം, രാജ്യം, സമൂഹം, നിതംബം, ഒരു ആയുധാഭ്യാസമുറ, ഒരു ഹസ്തമുദ്ര.
60. കടം - വായ്പ, അസ്ത്രം, അരക്കെട്ട്, പായ, ശ്മശാനം, ശവമഞ്ചം, ആനയുടെ കവിൾത്തടം.
61. കടി - ചൊറിച്ചിൽ, അരക്കെട്ട്, ചതി, പല്ലുകൊണ്ട് മുറിക്കൽ, ആനയുടെ കവിൾത്തടം.
62. കണിക - പരമാണു, തുള്ളി, ജീരകം, മുഞ്ഞ, തിപ്പലി.
63. കണ്ടകം - മുള്ള്, കൂർത്തത്, മുള, ദംശനം, ഇലവുമരം, ശത്രു, രോഗാരംഭം, കുറ്റം.
64. കനം - ഭാരം, വണ്ണം, മഹത്ത്വം, ഗൗരവം, ബലം.
65. കപി - കുരങ്ങ്, രക്തചന്ദനം, സൂര്യൻ, വിഷ്ണു, ആന, പന്നി.
66. കരം - കൈ, രശ്മി, നികുതി, കപ്പം, തുമ്പിക്കൈ.
67. കരി - കൊമ്പനാന, കലപ്പ, ഒരുതരം പുല്ല്, വസ്തുക്കൾ കരിച്ചുണ്ടാക്കുന്നത്, കഥകളിയിലെ ഒരു വേഷം.
68. കർക്കടകം- ഞണ്ട്, ഒരു മലയാളമാസം, കരിമ്പ്, താമരയുടെ കിഴങ്ങ്, കൂവളം.
69. കല - കലമാൻ, തഴമ്പ്, കലാവിദ്യ, അംശം, തേജസ്സ്.

70. കലി - ദേഷ്യം, ക്ലേശം, താന്നിമരം, ഒരു യുഗം, നിർഭാഗ്യം.
71. കഷായം - ചവർപ്പുരസം, തവിട്ടുനിറം, ചെമപ്പുനിറം, മരുന്നിട്ടു തിളപ്പിച്ച വെള്ളം.
72. കളഭം - ആന, ചന്ദനം, ചാന്ത്.
73. കറ - ചെടികളുടെ നീര്, അഴുക്ക്, തുരുമ്പ്, കളങ്കം, പാപം, കുറ്റം, വിരോധം.
74. കാന്താരം- കാട്, മുള, ഗുര, ഛേദം, നീലക്കരിമ്പ്.
75. കാന്തി - ശോഭ, കിരണം, സൗന്ദര്യം, ഇച്ഛ, ചന്ദ്രന്റെ കലകളിൽ ഒന്ന്.
76. കായം - ശരീരം, ഒരു മരുന്ന്, വാസസ്ഥലം, മൂലധനം, മരക്കൊമ്പ്, വീണയുടെ ഒരു ഭാഗം.
77. കാലം - സമയം, മരണം, അവസരം, താളം, വിധി, കറുപ്പ്.
78. കാളം - കറുപ്പുനിറം, വിഷം, ഇരുമ്പ്, കുഴൽ, കുയിൽ, മേഘം, കണ്ണിലെ കൃഷ്ണമണി.
79. കുഞ്ജരം- ആന, ശ്രേഷ്ഠമായത്, താന്നിമരം.
80. കുടി - ഓലമേഞ്ഞ ചെറിയ വീട്, ശരീരം, ഗോത്രം, ദ്രാവകങ്ങൾ കഴിക്കൽ, മദ്യപാനം, പ്രജ.
81. കുംഭം - കുടം, ഒരു മലയാളമാസം, ഒരളവ്.
82. കൂലം - തീരം, പൊയ്ക, അറ്റം, കുന്ന്.
83. കൃഷ്ണം- കറുപ്പ്, കാരീയം, കുയിൽ, കാക്ക, ഇരുമ്പ്.
84. കേശം - തലമുടി, സിംഹം, രശ്മി, കുതിര, ഇരുവേലി.
85. ക്ഷണം - വേഗം, അല്പസമയം, അവസരം, ക്ഷണിക്കുക എന്നതിന്റെ നാമ രൂപം.
86. ക്ഷേത്രം - ശരീരം, ഇരിപ്പിടം, വിളഭൂമി, അമ്പലം, ഭാര്യ.
87. ഗണം - കൂട്ടം, ജാതി, സേവനവിഭാഗം.
88. ഗഹ്വരം - ഗുഹ, കാട്, കപടം, അഹങ്കാരം.
89. ഗിരി - പർവ്വതം, പാറ, മേഘം. എലി.
90. ഗോവ് - പശു, വാക്ക്, രശ്മി, ഭൂമി, ശരം, ദിക്ക്, ജലം.
91. ഘനം - മേഘം, ബഹുമാനം, മണി, കാഠിന്യം.
92. ചിത്രം - പടം, പലതരം, രൂപം, അദ്ഭുതം, നിറം, സിംഹം.
93. ജാലം - കൂട്ടം, കൺകെട്ട്, മൊട്ട്, കിളിവാതിൽ.
94. തമസ്സ് - ഇരുട്ട്, അറിവില്ലായ്മ, പാപം, ഗുണവിശേഷം.
95. തലം - സ്ഥലം, സ്വരൂപം, ചുവട്, ഭൂതലം, കൈക്കകം.
96. തല്പം - കിടക്ക, ഭാര്യ, മേട.
97. തേജസ്സ് - കീർത്തി, അഴക്, അഗ്നി, പ്രകാശം, നെയ്യ്, ബലം.
98. ദക്ഷിണം- തെക്കുഭാഗം, വലതുവശം, സമർത്ഥം, പ്രദക്ഷിണം.
99. ധാമം - വീട്, ശരീരം, സ്ഥലം, ശോഭ, ജനനം.
100. നവം - പുതിയത്, ഒൻപത്, ചെന്താമര.
101. നാകം - ആകാശം, സ്വർഗ്ഗം, ഒരു ലോഹം.

102. നാഗം - പാമ്പ്, ആന, സിന്ദൂരം, ലോഹം, മുത്തങ്ങ.
103. നാളീകം - താമര, സത്യം, കുന്തം, അസ്ത്രം.
104. പക്ഷം - ചിറക്, അഭിപ്രായം, വശം, ശരീരം, പക്ഷി, ഭവനം, 15 ദിവസം ചേരുന്ന കാലം.
105. പത്രം - ഇല, ചിറക്, വാഹനം എഴുത്ത്, വർത്തമാനപ്പത്രം.
106. പദം - വാക്ക്, പാദം, അടയാളം, രക്ഷ, കാൽ.
107. പയസ്സ് - പാൽ, വെള്ളം, ആഹാരം, രാത്രി, ശക്തി.
108. പയോധരം- മേഘം, കടൽ, നാളികേരം, മുല.
109. പരൻ - അന്യൻ, ശ്രേഷ്ഠൻ, ശത്രു, ഈശ്വരൻ.
110. പാദം - കാല്, നാലിലൊന്ന്, രശ്മി, താഴ്വര, വൃക്ഷച്ചുവട്, കവിതയിലെ ഒരു വരി.
111. പുരം - നഗരം, കോട്ട, ഭവനം, തൊലി, കലവറ.
112. പൊരുൾ - അർത്ഥം, ധനം, സത്യം, കാരണം, ദൈവം, മോക്ഷം, ഐശ്വര്യം.
113. പ്രഭവം - ഉദ്ഭവം, ശക്തി, ജനനം, ജന്മകാരണം.
114. പ്രമാണം- ആധാരം, വിശ്വാസം, ദൃഷ്ടാന്തം, സത്യം, നിശ്ചയം, ഹേതു, ശാസ്ത്രം, ബഹുമാനം.
115. ബാധ - ആപത്ത്, ഉപദ്രവം, രോഗം, തടവ്.
116. ഭദ്രം - സുഖം, ഭാഗ്യം, മംഗളം, ഇരുമ്പ്, നന്മ, ആന, ഉറപ്പ്.
117. ഭംഗം - തിര, തോൽവി, വിള്ളൽ, നാശം, ഉടവ്.
118. ഭൂതി - ഭസ്മം, സമ്പത്ത്, ഐശ്വര്യം, സൗഭാഗ്യം.
119. മഞ്ജരി - പൂങ്കുല, ഒരു ഭാഷാവൃത്തം, തളിര്, മുത്ത്, തുളസി.
120. മതി - ബുദ്ധി, ചന്ദ്രൻ, തൃപ്തി, ഭാവം, ഇച്ഛ.
121. മയൂഖം - പ്രകാശം, രശ്മി, അഗ്നി, ജ്വാല, ഭംഗി.
122. മലർ - പൂവ്, നെൽപ്പൊരി, ആണിത്തല.
123. മാരി - മഴ, രോഗം, ആപത്ത്, നാശം, ദുർഗ്ഗ.
124. മൂലം - വേര്, കാരണം, കിഴങ്ങ്, ഒരു നക്ഷത്രം, പൃഷ്ഠം, ദ്രവ്യം, ചേന, അടിവാരം.
125. യോഗം - ഭാഗ്യം, കൂട്ടം, ചേർച്ച, സമ്പത്ത്, ഔഷധം.
126. രണം - യുദ്ധം, ശബ്ദം, സന്തോഷം, യുദ്ധാങ്കണം.
127. രുചി - സ്വാദ്, ആഗ്രഹം, ഭംഗി, താല്പര്യം, രശ്മി.
128. വനം - കാട്, വെള്ളം, കൂട്ടം, തടി, ഉറവ്.
129. വരൻ - ഭർത്താവ്, ശ്രേഷ്ഠൻ, വിവാഹപുരുഷൻ, ജ്യേഷ്ഠൻ, ഈശ്വരൻ.
130. വർഷം - മഴ, ആണ്ട്, രാജ്യം, ആധിക്യം.
131. വർണ്ണം - അക്ഷരം, ജാതി, നിറം, പൊന്ന്, കുങ്കുമം, ശ്രുതി.
132. വസു - ദ്രവ്യം, രത്നം, അഗ്നി, പൊന്ന്, വെള്ളം.
133. വാമം - ഇടതുവശം, മനോഹരം, കാമം, ധനം, പാമ്പ്.
134. വാരം - ആഴ്ച, കൂട്ടം, പടിവാതിൽ, അവസരം.

135. വിഗ്രഹം - ശരീരം, യുദ്ധം, ആകൃതി, ദേവപ്രതിമ, വിസ്താരം.
136. വീഥി - വഴി, കൂട്ടം, നാടകരൂപങ്ങളിൽ ഒന്ന്, തെരുവ്.
137. ശുഭ്രം - വെളുപ്പ്, വെള്ളി, ചന്ദനം, ശുദ്ധി, അഭ്രം.
138. ശ്യാമം - കറുപ്പ്, കുയിൽ, മുളക്, പച്ച, ഇന്തുപ്പ്, മേഘം.
139. ശ്രീ - ലക്ഷ്മി, ശ്രേയസ്സ്, ധനം, ശോഭ, കീർത്തി, വിജയം.
140. സന്ധി - ചേർപ്പ്, സമാധാനം, ഉടമ്പടി, ദ്വാരം, സമയം.
141. സാരംഗം - മാൻ, ആന, പക്ഷി, മയിൽ, കുയിൽ, വേഴാമ്പൽ, കുതിര.
142. സംസാരം- സംഭാഷണം, ലോകം, മായ, ജനനവും മരണവും.
143. സാനു - താഴ്‌വര, പർവ്വതം, ശിഖരം, വിദ്വാൻ, സൂര്യൻ, മുള, കാട്.
144. സുധ - അമൃത്, വെള്ളം, മദ്യം, നെയ്യ്, ഗംഗ.
145. സൂക്ഷ്മം- ലേശം, ബുദ്ധിശക്തി, കള്ളം, നോട്ടം, താമരയല്ലി.
146. സ്നേഹം- ഇഷ്ടം, കരുണ, എണ്ണ, കോമളത.
147. ഹരി - ഇന്ദ്രൻ, വിഷ്ണു, സൂര്യൻ, വായു, സിംഹം, കുരങ്ങ്, ഭീരു.
148. ഹരിണി - മാൻപേട, പച്ചനിറം, ഒരുവൃത്തം, മഞ്ഞൾ.
149. ഹരിണം - അരയന്നം, മാൻ, ചെമ്പ്, വെള്ളനിറം.
150. ഹംസം - അരയന്നം, ശ്രേഷ്ഠം, പർവ്വതം, പോത്ത്, അസൂയ.

4

വിപരീതപദങ്ങൾ

“അമ്മേയമ്മേ, പറഞ്ഞുതാമ്മേ.”

“എന്താ മോനേ? ചോദിക്ക്.”

“അച്ഛന്റെ വിപരീതപദം?” അതു കേട്ടിരുന്ന അച്ഛൻ ഉറക്കെ ചിരിച്ചുകൊണ്ടുപറഞ്ഞു:

“അമ്മ.”

“തമാശ പറയല്ലേ കുഞ്ഞിനോട്.”

“വാ മോനേ, അച്ഛൻ പറഞ്ഞു തരാം. അമ്മ പണി ചെയ്യട്ടെ. ശ്രദ്ധിച്ചു കേൾക്കണം.”

“അച്ഛൻ - പുരുഷജാതിയെ കുറിക്കുന്ന ശബ്ദം. അമ്മയോ?”

“സ്ത്രീ ജാതിയെ കുറിക്കുന്നത്.”

“അങ്ങനെയുള്ള പദങ്ങൾക്ക് എതിർലിംഗമാണുള്ളത്.”

“അപ്പോൾ അച്ഛന്റെ എതിർലിംഗമാണ് അമ്മ.”

“അതെ. എതിർപദങ്ങൾ അല്ലെങ്കിൽ...?”

“വിപരീതപദം.”

“ങാ! വിപരീത പദങ്ങൾ എല്ലാ പദങ്ങൾക്കും ഇല്ല.”

“അപ്പോൾ വിപരീതപദം എന്താണ്?”

“കേട്ടോളൂ,

ഒരു വാക്കിന്റെ അർത്ഥത്തിന് വിപരീതമായി അർത്ഥം വരുന്ന പദമാണ് ആ വാക്കിന്റെ വിപരീതപദം.”

“ഇനി പറയൂ. ‘പോക്ക്’ - വിപരീതം?”

“വരവ്.”

“അമ്മ അച്ഛന്റെ...?”

“എതിർലിംഗം.”

"ങാ. ഇനി കുറേ പദങ്ങളുടെ വിപരീതം പറഞ്ഞു തരാം. എഴുതിയെടുത്തോ. എതിർലിംഗം അടുത്ത ദിവസം."

"ശരി, അച്ഛാ. നല്ല അച്ഛൻ."

1.	അകം	X	പുറം
2.	അകലം	X	അടുപ്പം
3.	അഗ്രജൻ	X	അവരജൻ
4.	അണിയം	X	അമരം
5.	അത്ര	X	തത്ര
6.	അധമം	X	ഉത്തമം
7.	അധമർണ്ണൻ	X	ഉത്തമർണ്ണൻ
8.	അധുനാതനം	X	പുരാതനം
9.	അധോഗതി	X	ഉദ്ഗതി
10.	അധോഭാഗം	X	ഉപരിഭാഗം
11.	അനുകൂലം	X	പ്രതികൂലം
12.	അനുഗ്രഹം	X	നിഗ്രഹം
13.	അന്തർഭാഗം	X	ബഹിർഭാഗം
14.	അന്തം	X	ആദി (അനന്തം)
15.	അപകർഷം	X	ഉത്ക്കർഷം
16.	അപകാരം	X	ഉപകാരം
17.	അപചയം	X	ഉപചയം
18.	അപേക്ഷ	X	ഉപേക്ഷ
19.	അബദ്ധം	X	സുബദ്ധം
20.	അല്പം	X	അനല്പം
21.	അവനതം	X	ഉന്നതം
22.	അവരോഹണം	X	ആരോഹണം
23.	അസ്തമയം	X	ഉദയം
24.	അർവ്വാചീനം	X	പ്രാചീനം
25.	ആഗമനം	X	നിർഗമനം
26.	ആച്ഛാദനം	X	അനാച്ഛാദനം
27.	ആഡംബരം	X	അനാഡംബരം
28.	ആധുനികം	X	പൗരാണികം
29.	ആനുകൂല്യം	X	പ്രാതികൂല്യം
30.	ആപത്ത്	X	സമ്പത്ത്
31.	ആരംഭം	X	അവസാനം
32.	ആയം	X	വ്യയം
33.	ആവിർഭാവം	X	തിരോഭാവം
34.	ആവൃതം	X	അനാവൃതം
35.	ആസ്ഥ	X	അനാസ്ഥ

36. ഇകഴ്ത്തൽ X പുകഴ്ത്തൽ
37. ഇണക്കം X പിണക്കം
38. ഇനിപ്പ് X കയ്പ്പ്
39. ഇമ്പം X തുമ്പം
40. ഇളപ്പം X വലുപ്പം
41. ഇറക്കം X കയറ്റം
42. ഉഗ്രം X ശാന്തം
43. ഉച്ചം X നീചം
44. ഉത്തരം-വടക്ക് X ദക്ഷിണം
45. ഉദ്ഗ്രഥനം X അപഗ്രഥനം
46. ഉണർവ് X ഉറക്കം
47. ഉന്മീലനം X നിമീലനം
48. ഉദ്യോഗസ്ഥൻ X അനുദ്യോഗസ്ഥൻ
49. ഉപക്രമം X ഉപസംഹാരം
50. ഉല്പത്തി X നാശം
51. ഉയരം X താഴ്ച
52. ഉഷ്ണം X ശീതം
53. ഋജു X വക്രം
54. ഋണം X ധനം
55. ഏകം X അനേകം
56. ഐക്യം X അനൈക്യം
57. ഐഹികം X പാരത്രികം
58. ഒളിവ് X തെളിവ്
59. ഒറ്റ X ഇരട്ട
60. കഠിനം X മൃദുലം
61. കർക്കശം X ലളിതം
62. കിഞ്ചിജ്ഞൻ X സർവ്വജ്ഞൻ
63. കുമാർഗ്ഗം X സുമാർഗ്ഗം
64. കുപ്രസിദ്ധി X സുപ്രസിദ്ധി
65. കുചേഷ്ടിതം X സുചേഷ്ടിതം
67. കൃതജ്ഞത X കൃതഘ്നത
68. കൃപണൻ X ഉദാരൻ
69. ക്രയം X വിക്രയം
70. ക്ഷരം X അക്ഷരം
71. ഗമനം X ആഗമനം
72. ഗാഢം X ശിഥിലം
73. ഗുരുത്വം X ലഘുത്വം
74. ഗൗരവം X ലാഘവം
75. ചാരെ X ദൂരെ

76.	ചലം	X	അചലം
77.	ജംഗമം	X	സ്ഥാവരം
78.	ജനി	X	മൃതി
79.	ജയം	X	പരാജയം
80.	ജാഗ്രത്	X	സുഷുപ്തി
81.	താവകം	X	മാമകം
82.	തിക്തം	X	മധുരം
83.	തിന്മ	X	നന്മ
84.	തിരോഭാവം	X	ആവിർഭാവം
85.	തീയത്	X	നല്ലത്
86.	തുടക്കം	X	ഒടുക്കം
87.	ത്യാജ്യം	X	ഗ്രാഹ്യം
88.	ദക്ഷിണം (വലതുവശം)	X	വാമം
89.	ദക്ഷിണം (തെക്ക്)	X	ഉത്തരം
90.	ദുഷ്കരം	X	സുകരം
91.	ദുഷ്ടൻ	X	ശിഷ്ടൻ
92.	ദുർഗന്ധം	X	സുഗന്ധം
93.	ദുർഗ്ഗമം	X	സുഗമം
94.	ദുർജ്ജനം	X	സജ്ജനം
95.	ദുർഭിക്ഷം	X	സുഭിക്ഷം
96.	ദുർല്ലഭം	X	സുലഭം
97.	ദുഷ്കർമ്മം	X	സത്കർമ്മം
98.	ദുഃഖം	X	സുഖം
99.	ദൂരം	X	സമീപം
100.	ദ്വേഷം	X	രാഗം
101.	നാഗരികം	X	ഗ്രാമീണം
102.	നിർജ്ജീവം	X	സജീവം
103.	നിവൃത്തി	X	പ്രവൃത്തി
104.	നെടിയ	X	കുറിയ
105.	നിന്ദനം	X	വന്ദനം
106.	പണ്ഡിതൻ	X	പാമരൻ
107.	പതുക്കെ	X	ഉറക്കെ
108.	പരസ്യം	X	രഹസ്യം
109.	പരാർത്ഥം	X	സ്വാർത്ഥം
110.	പരുഷം	X	മൃദുലം
111.	പരോക്ഷം	X	പ്രത്യക്ഷം
112.	പശ്ചിമം	X	പൂർവ്വം
113.	പുരോഗതി	X	പശ്ചാൽഗതി

114. പുതുക്കം X പഴക്കം
115. പ്രഭാതം X പ്രദോഷം
116. പ്രതിപത്തി X വിപ്രതിപത്തി
117. പ്രയാസം X നിഷ്പ്രയാസം
118. പ്രാചി X പ്രതീചി
119. ബിംബം X പ്രതിബിംബം
120. ബാഹ്യം X ആഭ്യന്തരം
121. ഭൂഷണം X ദൂഷണം
122. മുൻഗാമി X പിൻഗാമി
123. മോദം X ഖേദം
124. യാഥാസ്ഥിതികൻ X ഉല്പതിഷ്ണു
125. യോഗി X പ്രതിയോഗി
126. രക്ഷ X ശിക്ഷ
127. രഹിതം X സഹിതം
128. ലംഘനീയം X അലംഘനീയം
129. വാദി X പ്രതി
130. വികാസം X സങ്കോചം
131. വിയോഗം X സംയോഗം
132. വിരസം X സരസം
133. വൃദ്ധി X ക്ഷയം
134. വൈരം X സഖ്യം
135. ശത്രു X മിത്രം
136. ശിക്ഷ X രക്ഷ
137. ശ്ലീലം X അശ്ലീലം
138. സഹകരണം X നിസ്സഹകരണം
139. സഹ്യം X അസഹ്യം
140. സമ്രാട്ട് X സാമന്തൻ
141. സ്വകീയം X പരകീയം
142. സ്വാതന്ത്ര്യം X പാരതന്ത്ര്യം
143. സ്വീകരിക്കുക X നിരാകരിക്കുക
144. സ്മരിക്കുക X വിസ്മരിക്കുക
145. സൂക്ഷ്മം X സ്ഥൂലം
146. സ്വന്തം X അന്യം
147. ഹിതം X അഹിതം
148. ഹിംസ X അഹിംസ
149. ഹ്രസ്വം X ദീർഘം
150. ഹ്രാസം X വികാസം

5

എതിർലിംഗം

ഏതെങ്കിലും ഒന്നിന്റെ പേരിനെ കുറിക്കുന്ന ശബ്ദത്തെ നാമം എന്നാണ് വ്യാകരണശാസ്ത്രം പറയുന്നത്.

നാമപദങ്ങളെ സചേതനം (ജീവനുള്ളവ) അചേതനം (ജീവനില്ലാത്തവ) എന്നിങ്ങനെ തിരിക്കാം. സചേതനങ്ങളെ ആൺ, പെൺ എന്നിങ്ങനെ തിരിക്കാവുന്നതാണ്. അചേതനങ്ങളെ അങ്ങനെ തിരിക്കാൻ കഴിയുന്നില്ല. അവയെ നപുംസകങ്ങൾ എന്നു വിളിക്കുന്നു.

പദങ്ങൾ കുറിക്കുന്ന അർത്ഥം ആണോ പെണ്ണോ, നപുംസകമോ എന്നു കല്പിക്കാൻ ആ പദങ്ങളിൽ വരുത്തുന്ന രൂപഭേദമാണ് ലിംഗം.

പുരുഷജാതിയെ കുറിക്കുന്ന നാമപദം പുല്ലിംഗം.

സ്ത്രീജാതിയെ കുറിക്കുന്ന നാമം സ്ത്രീലിംഗം.

സ്ത്രീപുരുഷ വ്യത്യാസം കല്പിക്കാൻ കഴിയാത്ത നാമം നപുംസകലിംഗം.

പുല്ലിംഗം സ്ത്രീലിംഗമാക്കുന്നതിനു പല മാർഗ്ഗങ്ങളുണ്ട്. അവ ഇവിടെ സൂചിപ്പിക്കുന്നില്ല. ചുവടേ പുല്ലിംഗങ്ങളും അവയുടെ സ്ത്രീലിംഗങ്ങളും കുറേ നല്കുന്നു.

ഇടതുവശത്ത് പുല്ലിംഗങ്ങളും അവയ്ക്കു നേരെ വലതുവശത്ത് അവയുടെ സ്ത്രീലിംഗങ്ങളുമാണ് നല്കുന്നത്.

1. അധിപൻ - അധിപ
2. അധികാരി - അധികാരിണി
3. അനുഗൃഹീതൻ - അനുഗൃഹീത
4. അദ്ധ്യാപകൻ - അദ്ധ്യാപിക
5. അച്ഛൻ - അമ്മ

6. അന്ധൻ - അന്ധ
7. അപരാധി - അപരാധിനി
8. അഭിഭാഷകൻ - അഭിഭാഷക
9. അവൻ - അവൾ
10. അനിയൻ - അനിയത്തി
11. ആചാര്യൻ - ആചാര്യ
12. ആങ്ങള - പെങ്ങൾ
13. ആൺപക്ഷി - പെൺപക്ഷി
14. ആൺകുട്ടി - പെൺകുട്ടി
15. ആൺകടുവ - പെൺകടുവ
16. ആൺസിംഹം - പെൺസിംഹം
17. ആൺമയിൽ - പെൺമയിൽ
18. ആൺപുലി - പെൺപുലി
19. ആതിഥേയൻ - ആതിഥേയ
20. ഇടയൻ - ഇടയത്തി
21. ഇഷ്ടൻ - ഇഷ്ട, ഇഷ്ടത്തി
22. ഇന്ദ്രൻ - ഇന്ദ്രാണി
23. ഇവൻ - ഇവൾ
24. ഈശ്വരൻ - ഈശ്വരി
25. ഉദാസീനൻ - ഉദാസീന
26. ഉപകാരി - ഉപകാരിണി
27. ഉപാദ്ധ്യായൻ - ഉപാദ്ധ്യായി
28. ഊരാളി - ഊരാട്ടി
29. എമ്പ്രാൻ - എമ്പ്രാട്ടി
30. ഏകാകി - ഏകാകിനി
31. കണിയാൻ - കണിയാട്ടി
32. കള്ളൻ - കള്ളി
33. കരി - കരിണി
34. കമനൻ - കമനി
35. കവി - കവയിത്രി
36. കലമാൻ - പേടമാൻ
37. കർത്താവ് - കർത്ത്രി
38. കഠിനൻ - കഠിന
39. കയ്മൾ - കുഞ്ഞമ്മ
40. കണ്ടൻപൂച്ച - ചക്കിപ്പൂച്ച
41. കനിഷ്ഠൻ - കനിഷ്ഠ
42. കമ്മാളൻ - കമ്മാട്ടി
43. കാടൻ - കാടത്തി
44. കാട്ടാളൻ - കാട്ടാളത്തി

45. കാര്യസ്ഥൻ - കാര്യസ്ഥ
46. കാള - പശു
47. കാമി - കാമിനി
48. കാമുകൻ - കാമുകി
49. കിങ്കരൻ - കിങ്കരി
50. കിശോരൻ - കിശോരി
51. കീർത്തിമാൻ - കീർത്തിമതി
52. കേമൻ - കേമി, കേമത്തി
53. കൊല്ലൻ - കൊല്ലത്തി
54. ഗായകൻ - ഗായിക
55. ഗുണവാൻ - ഗുണവതി
56. ഗൃഹി - ഗൃഹിണി
57. ഗ്രന്ഥകർത്താവ് - ഗ്രന്ഥകർത്ത്രി
58. ഘാതകൻ - ഘാതകി
59. ചക്രവാകം - ചക്രവാകി
60. ചാക്യാർ - ഇല്ലോടമ്മ
61. ചോരൻ - ചോരി
62. ജനകൻ - ജനനി
63. ജനയിതാവ് - ജനയിത്രി
64. ജനിതാവ് - ജനിത്രി
65. ജ്യേഷ്ഠൻ - ജ്യേഷ്ഠത്തി
66. തടിയൻ - തടിച്ചി
67. തമ്പുരാൻ - തമ്പുരാട്ടി
68. തമ്പി - തങ്കച്ചി
69. തരകൻ - തരകസ്യാർ
70. തപസ്വി - തപസ്വിനി
71. തരുണൻ - തരുണി
72. തനയൻ - തനയ
73. താപസൻ - താപസി
74. തേജസ്വി - തേജസ്വിനി
75. ദാതാവ് - ദാത്രി
76. ദൂതൻ - ദൂതി
77. ദേവൻ - ദേവി
78. ധീരൻ - ധീര
79. ധൈര്യശാലി - ധൈര്യശാലിനി
80. ധ്വര - ധ്വരശ്ശാണി
81. നമ്പ്യാർ - നങ്ങ്യാർ
82. നമ്പൂതിരി - അന്തർജ്ജനം
83. നരൻ - നാരി

84. നർത്തകൻ - നർത്തകി
85. നായകൻ - നായിക
86. നുണയൻ - നുണച്ചി
87. നേതാവ് - നേത്രി
88. പതി - പത്നി
89. പണ്ടാല - കോവിലമ്മ
90. പരിചാരകൻ - പരിചാരിക
91. പൗരൻ - പൗരി
92. പൗത്രൻ - പൗത്രി
93. പൊണ്ണൻ - പൊണ്ണി
94. പണ്ഡിതൻ - പണ്ഡിത
95. പിഷാരടി - പിഷാരസ്യാർ
96. പിതാമഹൻ - പിതാമഹി
97. പ്രഭു - പ്രഭ്വി
98. പ്രിയതമൻ - പ്രിയതമ
99. ബലവാൻ - ബലവതി
100. ബാലകൻ - ബാല, ബാലിക
101. ബുദ്ധിമാൻ - ബുദ്ധിമതി
102. ബ്രഹ്മചാരി - ബ്രഹ്മചാരിണി
103. ബ്രാഹ്മണൻ - ബ്രാഹ്മണി
104. ഭവാൻ - ഭവതി
105. ഭഗവാൻ - ഭഗവതി
106. ഭവൻ - ഭവാനി
107. ഭാഗ്യവാൻ - ഭാഗ്യവതി
108. ഭിക്ഷു - ഭിക്ഷുകി, ഭിക്ഷുണി
109. ഭ്രാതാവ് - സ്വസാവ്
110. മടിയൻ - മടിച്ചി
111. മഹാൻ - മഹതി
112. മച്ചുനൻ - മച്ചുനച്ചി, മതിനി
113. മന്ത്രി - മന്ത്രിണി
114. മാരാർ - മാരാസ്യാർ
115. മാനി - മാനിനി
116. മാതുലൻ - മാതുലാനി
117. മാതാമഹൻ - മാതാമഹി
118. മാടമ്പി - കെട്ടിലമ്മ
119. യജമാനൻ - യജമാനത്തി
120. യശസ്വി - യശ്വസിനി
121. യാചകൻ - യാചകി
122. രാഗി - രാഗിണി

123. രുദ്രൻ - രുദ്രാണി
124. രചയിതാവ് - രചയിത്രി
125. ലേഖകൻ - ലേഖിക
126. വരൻ - വധു
127. വഞ്ചകൻ - വഞ്ചകി
128. വാര്യർ - വാരസ്യാർ
129. വിദ്വാൻ - വിദുഷി
130. വിരഹി - വിരഹിണി
131. വിദ്യാർത്ഥി - വിദ്യാർത്ഥിനി
132. വിധുരൻ - വിധുര, വിധവ
133. വീരൻ - വീര
134. വേലക്കാരൻ - വേലക്കാരി
135. ശിവൻ - ശിവാനി
136. ശ്വശുരൻ - ശ്വശ്രു
137. ശ്രീമാൻ - ശ്രീമതി
138. ശ്രേഷ്ഠൻ - ശ്രേഷ്ഠ
139. ശ്രോതാവ് - ശ്രോത്രി
140. ശൂദ്രൻ - ശൂദ്രത്തി
141. സന്ന്യാസി - സന്ന്യാസിനി
142. സഖാവ് - സഖി
143. സമ്പാദകൻ - സമ്പാദിക
144. സഹപാഠി - സഹപാഠിനി
145. സുതൻ - സുത
146. സിംഹം - സിംഹി
147. സുമുഖൻ - സുമുഖി
148. സേവകൻ - സേവിക
149. സ്വാമി - സ്വാമിനി
150. ഹസ്തി - ഹസ്തിനി

6

അർത്ഥവ്യത്യാസം

അക്ഷരങ്ങളുടെ ചേർച്ചയും അവയുടെ ശരിയായ ഉച്ചാരണവുമാണ് വാക്കുകൾക്ക് അർത്ഥം നല്കുന്നത്. ഉച്ചാരണം തെറ്റിയാൽ എഴുതുന്നതും തെറ്റും; അർത്ഥവും മാറും.

മലയാള ഭാഷയിലെ ഓരോ അക്ഷരത്തിനും ഓരോ ഉച്ചാരണമാണ്. ചില വാക്കുകൾ തമ്മിൽ ഉച്ചാരണത്തിൽ ഏകദേശ സാമ്യം കാണും. എഴുത്തിൽ അതു കാണുകയുമില്ല. സൂക്ഷ്മമായി പരിശോധിച്ചാൽ സാമ്യമുണ്ടാകില്ല. പ്രയോക്താവിന്റെ ഉച്ചാരണപ്പിശകുകൊണ്ട് സാമ്യം തോന്നുന്നതാണ്. അർത്ഥം, അർദ്ധം – അടിവരയിട്ടിട്ടുള്ള രണ്ടക്ഷരവും ഉച്ചാരണത്തിൽ വലിയ വ്യത്യാസമുള്ളവയാണ്. 'ഥ' എന്ന അക്ഷരം ഉച്ചരിക്കുന്നതിന്റെ ഇരട്ടി ശക്തിയാണ് 'ധ' എന്ന അക്ഷരം ഉച്ചരിക്കാൻ വേണ്ടത്. പലരും ഇവ രണ്ടും ഒരുപോലെയാണ് ഉച്ചരിക്കുന്നത്. അപ്പോൾ സാമ്യം തോന്നിക്കുന്നു.

ഇത്തരത്തിൽ ഉച്ചാരണസാമ്യം തോന്നിക്കുന്ന ഏതാനും വാക്കുകളും അവയുടെ അർത്ഥങ്ങളുമാണ് ഇനി നല്കുന്നത്.

1. അർത്ഥം - ധനം, വാക്കിന്റെ പൊരുൾ
   അർദ്ധം - പകുതി

2. അദിതി - ദേവമാതാവ്
   അതിഥി - വിരുന്നുകാരൻ

3. അനലൻ - അഗ്നി
   അനിലൻ - കാറ്റ്

4. അമ്പ് - അസ്ത്രം
   അൻപ് - സ്നേഹം

5. അകാര്യം - കാര്യമല്ലാത്തത്
   അക്കാര്യം - ആ കാര്യം

6. അംഗം - അവയവം
   അങ്കം - യുദ്ധം, അടയാളം

7. അംശുമാല - രശ്മിക്കൂട്ടം
   അംശുമാലി - സൂര്യൻ

8. അങ്കി - അഗ്നി, വസ്ത്രം
   അംഗി - പ്രധാനമായത്

9. അരണ്യം - കാട്
   ആരണ്യം - കാടിനെ സംബന്ധിച്ചത്

10. അന്തം - അവസാനം
    അനന്തം - ആകാശം, അവസാനമില്ലാത്തത്

11. അന്ത്യം - ഒടുവിലത്തേത്
    അന്ത്യൻ - നീചൻ, യമൻ

12. അന്തസ്സ് - യോഗ്യത
    അന്ധസ്സ് - ആഹാരം

13. അടർ - യുദ്ധം
    അടയർ - ശത്രുക്കൾ

14. അവടം - വിടവ്
    അവിടം - ആ ഇടം

15. അകാലം - കാലം തെറ്റിയ
    അക്കാലം - ആ കാലം

16. അംബുജം - താമര
    അംബുദം - മേഘം
    അംബുധി - സമുദ്രം

17. അല്ല് - ഇരുട്ട്
അല്ലൽ - ദുഃഖം

18. ആലസ്യം - അലസത
ആലാസ്യം - മുതല

19. അളി - വണ്ട്
ആളി - തോഴി

20. ആതിഥേയൻ - അതിഥിയെ സല്കരിക്കുന്നവൻ
ആദിതേയൻ - ദേവൻ

30. ആകാരം - ആകൃതി
ആഗാരം - വീട്

31. ഉദ്ദേശം - ഏകദേശം
ഉദ്ദേശ്യം - ലക്ഷ്യം

32. ഓഷധി - ചെടി
ഔഷധം - മരുന്ന്

33. ഉന്മാദം - ഭ്രാന്ത്
ഉന്മാഥം - വധം

34. കവി - കാവ്യകർത്താവ്
കപി - കുരങ്ങ്

35. കദനം - സങ്കടം
കഥനം - പറച്ചിൽ

36. കന്ദരം - ഗുഹ
കന്ധരം - കഴുത്ത്

37. കപാലം - തലയോട്
കപോലം - കവിൾത്തടം

38. കഷായം - മരുന്ന്
കാഷായം - ചെമന്നത്

39. കിടയ്ക്കുക - കിട്ടുക
കിടക്കുക - നിലത്തുകിടക്കുക

40. ഖാദകൻ - ഭക്ഷിക്കുന്നവൻ
ഖാതകൻ - കുഴിക്കുന്നവൻ
ഘാതകൻ - കൊല്ലുന്നവൻ

41. ക്ഷണം - നിമിഷം, ക്ഷണിക്കൽ
ക്ഷണനം - കൊല

42. ഗൃഹിണി - ഗൃഹനായിക
ഗൃഹണി - കാടി

43. ഗ്രഹണി - ഒരു രോഗം
ഗ്രാഹിണി - മുക്കുറ്റി

44. ഗഹനം - കാട്
ഗഗനം - ആകാശം

45. ചിഹ്നം - അടയാളം
ഛിന്നം - ഛേദിക്കപ്പെടുന്നത്

46. ചേതം - നഷ്ടം
ഛേദം - മുറിക്കൽ

47. ചോര - രക്തം
ചോരാ - ചോരുകയില്ല

48. ചോരൻ - കള്ളൻ
ചോരൽ - ചോർന്നുപോകൽ

49. ചുവട് - കാലടി
ചുമട് - ചുമക്കുന്ന ഭാരം

50. ജായ - ഭാര്യ
ഛായ - നിഴൽ

51. താലവൃന്തം - വിശറി
താലവൃന്ദം - പനക്കൂട്ടം

52. തിരഞ്ഞെടുപ്പ്- ഇഷ്ടമുള്ളതെടുക്കുക
തെരഞ്ഞെടുപ്പ്- അന്വേഷിച്ചെടുക്കുക

53. ദശനം - പല്ല്
ദംശനം - കടി

54. ദർശനം - കാഴ്ച
ദർശിനി - കണ്ണാടി

55. ദണ്ണം - സുഖക്കേട്
ദണ്ഡം - വടി

56. ദന്തം - പല്ല്
ദന്തി - ആന

57. ദ്വിപം - ആന
ദീപം - വിളക്ക്

58. ദ്വീപ് - ജലത്താൽ ചുറ്റപ്പെട്ട സ്ഥലം
ദ്വീപി - കടുവ

59. ദേഹം - ശരീരം
ദേഹി - ജീവൻ

60. ദാതാവ് - ദാനം ചെയ്യുന്നവൻ
ധാതാവ് - ബ്രഹ്മാവ്

61. നാകം - സ്വർഗ്ഗം
നാഗം - പാമ്പ്, ആന

62. നഗം - പർവ്വതം
നഖം - വിരലിന്റെ അറ്റത്തുള്ള ഭാഗം

63. നാരാചം - അമ്പ്
നാരായം - എഴുത്താണി

64. നൂനം - നിശ്ചയം
ന്യൂനം - കുറവ്

65. നാളീകം - അമ്പ്
നളികം - തോക്ക്

66. നിർല്ലോഭം - അത്യാഗ്രഹമില്ലാതെ
നിർല്ലോപം - കുറവില്ലാതെ

67. പദം - വാക്ക്
പാദം - കാലടി

68. പഥം - വഴി
പതം - മയം

69. പലലം - പച്ചമാംസം
പലാലം - വൈക്കോൽ
പല്വലം - അല്പ ജലമുള്ള കുളം

70. പതിവ്രത - പതിമാത്രം വ്രതമായിട്ടുള്ളവൾ
പതിവൃത - പതിയാൽ ചുറ്റപ്പെട്ടവൾ

71. പ്രസാദം - പ്രസന്നത
പ്രാസാദം - മാളിക

72. പരിണാമം - അവസാനം
പരിമാണം - അളവ്

73. പരിണാഹം - വിസ്തൃതി
പരിണയം - വിവാഹം

74. പായസം - മധുരമുള്ള ഒരാഹാരം
വായസം - കാക്ക

75. പക്ഷപാദം - ഒരുവശം ചേരൽ
പക്ഷവാതം - ഒരു രോഗം
പക്ഷവാദം - ഒരുവശം ചേർന്നു വാദിക്കൽ
പക്ഷഭേദം - വ്യത്യാസം

76. പാഷാണം - കല്ല്, വിഷം
പാഷണ്ഡം - നിരീശ്വരത്വം

77. പാര് - ലോകം
പാരു - സൂര്യൻ

78. പ്രഭാവം - മഹിമ
പ്രഭവം - ഉത്പത്തിസ്ഥാനം
പ്രാഭവം - പ്രഭുത്വം
പ്രാഭൃതം - കാഴ്ചദ്രവ്യം

79. ഫാലം - നെറ്റി
ഫലം - കായ്

80. മനഃശക്തി - മനസ്സിന്റെ ശക്തി
മനോശക്തി - മനസ്സിന്റെ അശക്തി
മനഃസുഖം - മനസ്സിന്റെ സുഖം
മനോസുഖം - മനസ്സിന്റെ അസുഖം

81. മർക്കടം - കുരങ്ങ്
മർക്കടകം - ചിലന്തി

82. മന്ദൻ - അല്പബുദ്ധി
മന്നൻ - രാജാവ്

83. മഹദ്വാക്യം - മഹാന്മാരുടെ വാക്യം
മഹാവാക്യം - വലിയ വാക്യം

84. ലോപം - കുറവ്
ലോഭം - അത്യാഗ്രഹം

85. രോദനം - കരച്ചിൽ
രോധനം - തടയൽ

86. വ്രതം - നിഷ്ഠ
വൃതം - ചുറ്റപ്പെട്ടത്

87. വയസ്യൻ - കൂട്ടുകാരൻ
വയസ്സൻ - വൃദ്ധൻ
88. വൃന്തം - ഞെട്ട്
വൃന്ദം - കൂട്ടം

89. വദിക്കുക - പറയുക
വധിക്കുക - കൊല്ലുക

90. വാണി - വാക്ക്
പാണി - കൈ
വാണിനി - നർത്തകി

91. ശശം - മുയൽ
ശശി - ചന്ദ്രൻ

92. ശശിധരൻ - ശിവൻ
ശശധരൻ - ചന്ദ്രൻ

93. സംഘം - കൂട്ടം
സംഗം - ചേർച്ച

94. ശ്രേണി - കൂട്ടം
ശ്രോണി - അരക്കെട്ട്

95. സന്ധാനം - ചേർക്കൽ, തൊടുക്കൽ
സന്താനം - മക്കൾ

96. സലിലം - വെള്ളം
സലീലം - ലീലയോടുകൂടി

97. സംഹാരം - നാശം
സമാഹാരം - കൂട്ടിച്ചേർക്കൽ

98. സുഷിരം - ദ്വാരം
ശുഷിരം - എലി

99. സുതൻ - പുത്രൻ
സൂതൻ - തേരാളി

7

പദശുദ്ധി

അക്ഷരങ്ങൾ ചേർന്നുണ്ടാകുന്ന അർത്ഥമുള്ള ശബ്ദമാണ് പദം. പദങ്ങൾക്ക് അർത്ഥവും ഭാവവുമുണ്ട്. പദങ്ങളുടെ ഉച്ചാരണവും രചനയും ശുദ്ധമായിരിക്കണം. അശ്രദ്ധകൊണ്ടും അജ്ഞതകൊണ്ടും പദങ്ങളുടെ ഉച്ചാരണത്തിലും രചനയിലും തെറ്റുപറ്റാറുണ്ട്. സാധാരണയായി തെറ്റിക്കാറുള്ള ചില പദങ്ങളുടെ ശരിരൂപങ്ങളാണ് ഇവിടെ നല്കുന്നത്. തെറ്റിക്കുന്ന രീതി ഇവിടെ നല്കാത്തത് അവ ഉറയ്ക്കരുതെന്ന ഉദ്ദേശ്യത്തോടെയാണ്. ശരിരൂപം മാത്രം മനസ്സിൽ പതിയട്ടെ.

അതത്
അധഃകൃതൻ
അധഃപതനം
അധികൃതൻ
അവസ്ഥ
അഴിമതി
അസ്ഥികൂടം
അസ്തിവാരം
അടിമത്തം
അതിഥി
അയ
അന്തഃകരണം
അന്തം-അവസാനം
അന്ത്യം-ഒടുവിലത്തേത്
അച്ചുകൂടം

അച്ഛൻ
അങ്ങനെ
അംഗുഷ്ഠം
അഞ്ജലി
അന്തഃപുരം
അടിയന്തിരം
അതിർത്തി
അതിരഥൻ
അനുഗ്രഹം
അനുഗൃഹീതൻ
അന്തഃശ്ഛിദ്രം
അല്ലെങ്കിൽ
അഭ്യസ്തവിദ്യൻ
അദ്ധ്യക്ഷത
ആദ്ധ്യക്ഷ്യം
ആച്ഛാദനം
ആവശ്യം
ആവർത്തിക്കുക
ആവൃത്തി
ആതിഥേയൻ
ആദിതേയൻ-ദേവൻ
ആധുനികം
ഇച്ഛ
ഉത്പത്തി
ഉത്പതിഷ്ണു
ഉജ്ജ്വലം
ഉത്പ്രേക്ഷ
ഉച്ഛിഷ്ടം
ഉദ്ഘാടനം
ഉദ്ഭവം
എതിർക്കുക
എഴുന്നള്ളുക
ഐച്ഛികം
ഓഷ്ഠം
ഓഷ്ഠ്യം
കനിഷ്ഠൻ
കഠിനം
കവയിത്രി
കാഷ്ഠം

കുഷ്ഠം
കുടിശ്ശിക
കുടുംബം
കൃത്രിമം
കൃതി
ക്രിയ
കൈയാല
കൈയക്ഷരം
കൈയെഴുത്ത്
ക്രിസ്ത്വബ്ദം
ക്ലിപ്തം
ഖഗം
ഖരം
ഖലൻ
ഗജം
ഗരുഡൻ
ഗർവിഷ്ഠൻ
ഗൃഹം-വീട്
ഗ്രഹം-(നവഗ്രഹം)
ഗൃഹിണി
ഗ്രഹണി-ഒരുരോഗം.
ഘോഷം
ഘാതകൻ
ചുമതലബോധം
ചെലവ്
ചെമപ്പ്
ചിഹ്നം
ചുമര്
ജട
ജഡം
ജ്യേഷ്ഠൻ
ജ്യോതിഷം
ജ്യോത്സ്യൻ
ജീവച്ഛവം
ഝടിതി
തടസ്സം
തത്പരൻ
തത്ത്വം
ദരിദ്രൻ

ദാരിദ്ര്യം
തുച്ഛം
ദൈവികം
ദ്വന്ദ്വൻ
നിവർത്തിക്കുക
നിവൃത്തി
നിന്ദിക്കുക
നിഘണ്ടു
നിശ്ശബ്ദം
നിഷ്ഠുരം
നിർമ്മിതി
നിർലോപം-കുറവില്ലാതെ.
നിർലോഭം-അത്യാഗ്രഹമില്ലാതെ.
നിശ്ശേഷം
ന്യൂനത
പത്നി
പക്ഷേ
പക്ഷപാതം
പത്മം
പത്ഥ്യം
പശ്ചാത്താപം
പരിതഃസ്ഥിതി
പതിവ്രത
പഞ്ജരം
പിറന്നാൾ
പുരാതനം
പിഞ്ഛകം
പൂർവ്വികൻ
പ്രഗല്ഭൻ
പീഡ
പ്രസ്താവന
പ്രസ്ഥാനം
പ്രതിഷ്ഠ
പ്രദക്ഷിണം
പ്രാരബ്ധം
പ്രായശ്ചിത്തം
ഫലഭൂയിഷ്ഠം
ഭർത്താവ്
ഭാര്യ

ഭഞ്ജനം
ഭേദം
ഭോഷത്തം
ഭൂരിപക്ഷം
മനഃകാഠിന്യം
മനഃപൂർവ്വം
മനഃശക്തി
മനഃശുദ്ധി
മനസ്സാക്ഷി
മനസ്സുഖം
മഞ്ജരി
മഞ്ജുഷ
മഹത്ത്വം
മഹദ്വാക്യം
മാദ്ധ്യസ്ഥ്യം
മൂഢൻ
മുഖാന്തരം
മുതലാളിത്തം
മേഘം
യഥാർത്ഥം
യദൃച്ഛയാ
യൗവനം
ലക്ഷോപലക്ഷം
ലജ്ജ
ലാഞ്ഛന
ലുബ്ധൻ
വലുപ്പം
വസിഷ്ഠൻ
വല്ക്കലം
വല്മീകം
വാല്മീകി
വാസ്തവം
വാഗ്ജാലം
വാഗ്ദാനം
വാഗ്മി
വാഗ്വിശേഷം
വാഗ്വൈഭവം
വാങ്മാധുര്യം
വാഞ്ഛ

വാതിൽ
വാനപ്രസ്ഥം
വിദ്യാർത്ഥി
വിമ്മിട്ടം
വിഡ്ഢിത്തം
വിദ്യുച്ഛക്തി
വിഷണ്ണൻ
വിദഗ്ദ്ധൻ
വിസ്താരം
വ്യഞ്ജനം
വ്യത്യസ്തം
വ്യത്യാസം
വ്യവസ്ഥ
വ്രണം
വ്രതം
ശിശിരം
ശുശ്രൂഷ
ശ്രേഷ്ഠം
ശ്വശുരൻ
ഷഡ്പദം
സഞ്ജയൻ
സഞ്ജീവനി
സന്ദിഗ്ദ്ധം
സമകാലികൻ
സമ്രാട്ട്

സാമ്രാജ്യം
സാമൂഹികം
സ്വച്ഛന്ദം
സ്വീകാര്യം
സ്തംഭം
സ്തബ്ധം
സ്ഥൂലം
സ്രഷ്ടാവ്
സൃഷ്ടി
ഹിംസ്രം
ഹ്രസ്വം.

8

വാക്യശുദ്ധി

ഏതെങ്കിലും ഒരു കാര്യത്തെക്കുറിച്ച് എന്തെങ്കിലും പൂർണ്ണമായി പറയുന്നതാണ് വാക്യം. പദങ്ങൾ ശരിയായ രീതിയിൽ ചേർത്താണ് വാക്യം രചിക്കേണ്ടത്. എങ്കിൽ മാത്രമേ അനുവാചകന് ആശയങ്ങൾ ശരിയായി ഗ്രഹിക്കാനാവൂ. പദങ്ങളുടെ സ്ഥാനം തെറ്റുക, അർത്ഥമറിയാതെ പദങ്ങൾ പ്രയോഗിക്കുക, വ്യാകരണനിയമങ്ങൾ പാലിക്കാതിരിക്കുക, ആവശ്യമില്ലാത്ത പദങ്ങൾ തിരുകിക്കയറ്റുക തുടങ്ങിയ കാരണങ്ങളാൽ വാക്യശുദ്ധി നഷ്ടപ്പെടുന്നു.

ഏതാനും തെറ്റായ വാക്യപ്രയോഗങ്ങളും അവയുടെ ശരിയായ രൂപങ്ങളുമാണ് താഴെകൊടുക്കുന്നത്.

1. സിംഹത്തെക്കണ്ട് ദിലീപൻ ഭയചകിതനായി.
   (ചകിതൻ - ഭയന്നു വിറയ്ക്കുന്നവൻ. ഭയന്നവൻ, ചകിതൻ എന്നിവ ഒരേ അർത്ഥമുള്ള വാക്കുകൾ അവ രണ്ടും ഒരേ വാക്യത്തിൽ പ്രയോഗിച്ചിരിക്കുന്നു. ഇത്തരം പ്രയോഗങ്ങളെ പൗനരുക്ത്യദോഷം എന്നും പറയും).

ശരിരൂപം നോക്കുക.

1. സിംഹത്തെക്കണ്ട് ദിലീപൻ ഭയന്നുപോയി.
2. സിംഹത്തെക്കൊണ്ട് ദിലീപൻ ചകിതനായി.

2. ഓണാഘോഷം വർണ്ണശബളമായ ഘോഷയാത്രയോടെ സമാപിച്ചു.
   വർണ്ണം - നിറം. ശബളം - നിറഭംഗിയുള്ള. ശരി:-

1. ഓണാഘോഷം ശബളാഭമായ ഘോഷയാത്രയോടെ സമാപിച്ചു.
2. ഓണാഘോഷം വർണ്ണാഭമായ ഘോഷയാത്രയോടെ സമാപിച്ചു.

3. ഉത്സവങ്ങളിലെ ശബ്ദമുഖരിതമായ അവസ്ഥ വിദ്യാർത്ഥികളുടെ പഠനം തടസ്സപ്പെടുത്തുന്നു.
മുഖരിതം - ശബ്ദമയമായ.
(ശബ്ദമയം, മുഖരിതം - ഏതെങ്കിലും ഒന്നുമതി)

4. ക്രിസ്ത്വബ്ദം 1947-ാമാണ്ടാണ് ഭാരതം സ്വതന്ത്രമായത്.
(അബ്ദം, ആണ്ട് - രണ്ടും ഒന്നുംതന്നെ.)

5. യേശുദാസിന്റെ ശബ്ദം ശ്രോതാക്കളുടെ മനസ്സിൽ എന്നും ചിരപ്രതിഷ്ഠ നേടും.
(ചിരം, എന്നും - ഏതെങ്കിലും ഒന്നു മതി).

6. കുട്ടികൾ സദാസമയവും കളിയാണ്.
(സദാ - എല്ലാ സമയവും., വീണ്ടും സമയവും എന്നു ചേർക്കേണ്ടതില്ല.)

(മേൽക്കൊടുത്തിരിക്കുന്ന എല്ലാ വാക്യങ്ങളിലും കാണുന്നത് പൗനരുക്ത്യദോഷമാണ്.)

7. ഓരോ കുട്ടികളും പത്തുരൂപ വീതം കൊണ്ടുവരണം.
(ഓരോ എന്നത് ഏകവചനം. അതുകൊണ്ട് അതിനോട് കുട്ടിയും എന്ന ഏകവചനം ചേർത്താൽ മതിയാകും).

8. ദുരിതാശ്വാസ നിധിയിലേക്ക് ഓരോ വിദ്യാർത്ഥികളും കുറഞ്ഞത് പത്തുരൂപയെങ്കിലും സംഭാവന നല്കണം.
(ഓരോ വിദ്യാർത്ഥിയും എന്നാകണം. കുറഞ്ഞത്, എങ്കിലും - ഏതെങ്കിലും ഒന്നുമതി.)

9. ഗോപി സ്വന്തം ഭാര്യയോടൊപ്പം കാറിൽ പോകുന്നതു ഞാൻ കണ്ടതാണ്.
(സ്വന്തം - ആവശ്യമില്ലാത്ത പദം. അതുകൂടി ചേർത്താൽ ദുരർത്ഥം ധ്വനിക്കും.)

10. സ്വാമി വിവേകാനന്ദൻ തന്റെ 32-ാമത്തെ വയസ്സിൽ സമാധിയായി.
(തന്റെ എന്ന പദം ഒഴിവാക്കണം.)

11. ഓരോ നക്ഷത്രവും ഒരു സൂര്യനാണ്.
(ഓരോ - എന്ന പദത്തോട് ഓരോ എന്ന പദമാണ് ചേരേണ്ടത്.)
ശരി - ഓരോ നക്ഷത്രവും ഓരോ സൂര്യനാണ്.

12. ഏകദേശം അഞ്ഞൂറു വർഷങ്ങളോളം പഴക്കമുള്ള മൺപാത്രങ്ങൾ കണ്ടെത്തി.
(ഇതിൽ രണ്ടു പിശകുണ്ട്.
1. ഏകദേശം, ഓളം - ഇവയിൽ ഒന്നുമതി.)
2. അഞ്ഞൂറു വർഷം എന്നാണു വേണ്ടത്.)
(നപുംസകലിംഗങ്ങൾക്കു മുന്നിൽ സംഖ്യാശബ്ദം വന്നാൽ ബഹുവചന പ്രത്യയം ചേർക്കേണ്ടതില്ല. വർഷം എന്നത് നപുംസകലിംഗം. അഞ്ഞൂറ് - സംഖ്യാശബ്ദം. അതിൽത്തന്നെ ബഹുത്വം ഉണ്ട്.)

13. പന്ത്രണ്ടു വർഷങ്ങളിലൊരിക്കലാണ് അവിടെ ഉത്സവം നടക്കുന്നത്.
(പന്ത്രണ്ടു വർഷത്തിൽ...)

14. ഞങ്ങളുടെ ഗ്രന്ഥശാലയിൽ 25,000 പുസ്തകങ്ങളുണ്ട്.
(25000 പുസ്തകമുണ്ട്.)

15. ഗംഗാനദി ഭാരതത്തിലെ പുണ്യനദിയാണ്.
(നദി എന്ന പദം ആവർത്തിച്ചിരിക്കുന്നു. ഗംഗ...)

16. രാധയോ അഥവാ സീതയോ വന്നാൽ മതി.
(അഥവാ, ഓ - ഇതുരണ്ടും ഒരേ വാക്യത്തിൽ വേണ്ട. രാധയോ സീതയോ എന്നോ, രാധ അഥവാ സീത എന്നോ മതിയാകും).

17. ഇന്ന് അസാദ്ധ്യ തണുപ്പാണ്.
(അസാദ്ധ്യം - സാദ്ധ്യമല്ലാത്തത്. ചേർച്ചയില്ലാത്ത പദപ്രയോഗം. അസഹ്യമായ എന്നാണ് ചേർക്കേണ്ടത്).

18. മറ്റിതര സംസ്ഥാനങ്ങളെക്കാൾ കുറ്റകൃത്യങ്ങൾ കേരളത്തിൽ കൂടുതലാണ്.
(മറ്റ്, ഇതരം - രണ്ടും ഒരേ അർത്ഥം. മറ്റു സംസ്ഥാനങ്ങളെക്കാൾ എന്നോ ഇതര സംസ്ഥാനങ്ങളെക്കാൾ എന്നോ പ്രയോഗിക്കണം).

19. വാവലുകൾ മരത്തിൽ തൂങ്ങിക്കിടക്കുന്നു. അതിന്റെ ചിറകുകൾക്ക് തൂവലില്ല.
(വാവലുകൾ - ബഹുവചനം.
അതിന്റെ - ഏകവചനം.
വാവലുകൾ എന്നു പ്രയോഗിച്ചതിനാൽ അവയുടെ എന്ന ബഹുവചനം ചേർക്കണം).

20. കുട്ടി പാത്രത്തെ പൊട്ടിച്ചു.
(പാത്രം എന്നു മതി. കുട്ടി - കർത്താവ്. സചേതനം. പാത്രത്തെ - കർമ്മം - അചേതനം).
(കർത്താവ് സചേതനവും കർമ്മം അചേതനവും ആയതിനാൽ കർമ്മത്തിന് പ്രതിഗ്രാഹികാവിഭക്തി രൂപം വേണ്ട.
ശരി: കുട്ടി പാത്രം പൊട്ടിച്ചു.
അവൻ വെള്ളം കുടിച്ചു. സീത ആഹാരം കഴിച്ചു -എന്നിങ്ങനെ മതി. വെള്ളത്തെ, ആഹാരത്തെ - എന്നുവേണ്ട.)

21. രാധയും രഘുവും സഹോദരനും സഹോദരിയുമാണ്.
(രാധ - ആദ്യപദം. അതിനോടു ചേരുന്നത് സഹോദരി എന്ന സ്ത്രീലിംഗം. രഘു - രണ്ടാംപദം. അതിനോടു ചേരുന്ന സഹോദരൻ എന്ന പുല്ലിംഗം രണ്ടാമതു ചേർക്കണം.
ശരി - രാധയും രഘുവും സഹോദരിയും സഹോദരനുമാണ്).

22. കുമാരനാശാൻ *വീണപൂവ്* രചിക്കപ്പെട്ടു.
(രചിക്കപ്പെട്ടു എന്നത് കർമ്മണിപ്രയോഗം. അതിനാൽ കുമാരനാശാനാൽ എന്നു വേണം.
ശരി:- 1. കുമാരനാശാൻ *വീണപൂവ്* രചിച്ചു.
2. *വീണപൂവ്* കുമാരനാശാനാൽ രചിക്കപ്പെട്ടു.
(വ്യാകരണത്തിലെ 'പ്രയോഗം' എന്ന ഭാഗം നോക്കുക.)

23. സുന്ദരിയായ രാജന്റെ ഭാര്യ സ്വയം ആത്മഹത്യ ചെയ്തു.
(രാജൻ ഒരിക്കലും 'സുന്ദരി' ആകില്ല. ഭാര്യ എന്ന സ്ത്രീലിംഗത്തിന്റെ വിശേഷണമാണ് സുന്ദരി എന്ന സ്ത്രീലിംഗം. സുന്ദരിയായ ഭാര്യ - ഭാര്യ എന്നത് വിശേഷ്യം. സുന്ദരിയായ വിശേഷണം. വിശേഷ്യത്തിന്റെ മുന്നിൽത്തന്നെ വിശേഷണം ചേർക്കണം. ഇല്ലെങ്കിൽ അർത്ഥം വികലമാകും. ഇതാണ് വിശേഷണവിശേഷ്യപ്പൊരുത്തം.
മറ്റൊന്ന്: ആത്മഹത്യ എന്നാൽ സ്വയം മരിക്കുക എന്നർത്ഥം. ഇവിടെ സ്വയം വീണ്ടും ചേർത്ത് പൗനരുക്ത്യദോഷവും വരുത്തി.)
ശരി:- രാജന്റെ സുന്ദരിയായ ഭാര്യ ആത്മഹത്യ ചെയ്തു.

24. ഗഹനമായ ആശാന്റെ തത്ത്വചിന്തകൾ അദ്ദേഹത്തിന്റെ കവിതകൾക്ക് ഭൂഷണമായിരുന്നു.
(തത്ത്വചിന്തകളുടെ വിശേഷണമാണ് 'ഗഹനമായ' എന്നത്. അതിനാൽ തത്ത്വചിന്തകൾ എന്ന പദത്തിനു മുന്നിൽ 'ഗഹനമായ' ചേർക്കണം.
'ആയിരുന്നു' എന്ന പദം 'ഇപ്പോൾ അല്ല' എന്ന ധ്വനിയുണ്ടാക്കുന്നു. 'ആണ്' എന്നാണു ചേർക്കേണ്ടത്.

ശരി:- ആശാന്റെ ഗഹനമായ തത്ത്വചിന്തകൾ അദ്ദേഹത്തിന്റെ കവിതയ്ക്കു ഭൂഷണമാണ്.)

25. ആരോഗ്യവകുപ്പുകാർ നാട്ടിൽ വൃത്തികേടുകൾ പരത്തുന്നതുകൊണ്ടുള്ള ദോഷങ്ങൾ പൊതുജനങ്ങളെ ധരിപ്പിക്കണം.
(ഒരു വാക്കിന്റെ - 'ആരോഗ്യവകുപ്പുകാർ - സ്ഥാനം മാറിയപ്പോൾ ആശയക്കുഴപ്പമായി. ആരോഗ്യവകുപ്പുകാർ പൊതുജനങ്ങളെ ധരിപ്പിക്കാനുള്ളവരാണ്. ആരോഗ്യവകുപ്പുകാർ പൊതുജനങ്ങളെ' എന്ന പദത്തിനു മുന്നിൽ ചേർക്കണം.)

26. മംഗൾയാനെപ്പറ്റി അറിയാനുള്ള ജിജ്ഞാസ ഭാരതീയർക്കാകെ ഉണ്ടായതിൽ അത്ഭുതമില്ല.
(ജിജ്ഞാസ എന്നത് അറിയാനുള്ള ആഗ്രഹമാണ്. രണ്ടിലേതെങ്കിലും ഒന്നുമതി.)

27. എം ടിയാൽ *രണ്ടാമൂഴ*ത്തെ എഴുതപ്പെട്ടു.
(രണ്ടാമൂഴം മതി - രണ്ടാമൂഴം എം ടിയാൽ എഴുതപ്പെട്ടു - ശരി).

28. ബുദ്ധിയും പ്രയത്നശീലമുള്ളവരും ജീവിതവിജയം നേടും.
(ബുദ്ധിയും എന്ന രൂപത്തോടു സദൃശമായിരിക്കണം അടുത്ത വിശേഷണരൂപം - പ്രയത്നശീലവും ഉള്ളവർ - എന്നാകണം).

29. നമ്മുടെ ദേശീയ മൃഗവും, പക്ഷിയും മയിലും കടുവയുമാകുന്നു.
(മൃഗവും പക്ഷിയും - കടുവയും മയിലും - എന്നിങ്ങനെ സ്ഥാനക്രമം ശരിയാകണം).

30. അവൻ പരീക്ഷയിൽ തോറ്റതിനു കാരണം പഠിക്കാത്തതുകൊണ്ടാണ്.
(കാരണം, കൊണ്ട് - രണ്ടും ആശയം ഒന്നുതന്നെ. തോറ്റത് പഠിക്കാത്തതുകൊണ്ടാണ് എന്നോ തോറ്റതിനു കാരണം പഠിക്കാത്തതാണ് എന്നോ ആകണം).

31. യശഃശരീരനായ അദ്ധ്യക്ഷനെ ഞാൻ ഹാർദ്ദവമായി സ്വാഗതം ചെയ്യുന്നു.
(യശഃശരീരൻ - യശസ്സ് - കീർത്തി - ആകുന്ന ശരീരത്തോടുകൂടിയവൻ. മരണശേഷവും കീർത്തിയുള്ളവൻ. യശസ്വിയായ - എന്ന വിശേഷണമാണ് വേണ്ടത്. ഹാർദ്ദവം - തെറ്റായ പ്രയോഗം - ഹാർദ്ദമായി - എന്നത് ശരി.)

32. അവൻ ടി.വി.യിൽ മംഗൾയാൻ കാഴ്ചകൾ സകൗതുകപൂർവ്വം കണ്ടു കൊണ്ടിരിക്കുകയാണ്.
(സകൗതുകം - കൗതുകപൂർവ്വം - കൗതുകത്തോടുകൂടി. സ, പൂർവ്വം - രണ്ടിനും കൂടി എന്നർത്ഥം. ഒന്നുകിൽ സകൗതുകം അല്ലെങ്കിൽ കൗതുകപൂർവ്വം എന്നിങ്ങനെ പ്രയോഗിക്കണം.)

33. വർദ്ധിപ്പിച്ച റേഷനരിയുടെ വില കുറയ്ക്കണം.
(റേഷനരിയുടെ വർദ്ധിപ്പിച്ച വിലയാണ് കുറയ്ക്കേണ്ടത്. വാക്യം കണ്ടാൽ വർദ്ധിപ്പിച്ച അരിയുടെ വില കുറച്ചാൽ മതിയെന്നു തോന്നും. വിശേഷണ വിശേഷ്യപ്പൊരുത്തമില്ലായ്മയാണിവിടെ).

34. സാധാരണയായി ഞാൻ രാത്രിയിൽ ഭക്ഷണം കഴിക്കില്ലെന്നതാണ് പതിവ്.
(സാധാരണയായി, പതിവ് - രണ്ടും ഒരേ ആശയം. ഏതെങ്കിലും ഒരു പദമേ ഒരു വാക്യത്തിൽ ചേർക്കാവൂ).

35. കേരളത്തിന് ഏകദേശം 400 കിലോമീറ്ററോളം കടൽത്തീരമുണ്ട്.
(ഏകദേശം, ഓളം - ഇവയിൽ ഒന്നുമാത്രം മതി).

36. വീടില്ലാത്ത ആദിവാസികളെ വീണ്ടും പുനരധിവസിപ്പിക്കേണ്ടതാണ്.
(പുനർ എന്നാൽ വീണ്ടും. 'വീണ്ടും അധിവസിപ്പിക്കേണ്ടതാണ്' എന്നോ, വീണ്ടും മാറ്റി 'പുനരധിവസിപ്പിക്കേണ്ടതാണ്' എന്നോ ആക്കണം.)

37. ഓരോ ദിവസങ്ങളിലും അഞ്ഞൂറുമുതൽ ആയിരം ലിറ്റർ വരെ വെള്ളം ഉപയോഗിക്കുന്നവർക്കും നികുതി കൂട്ടിയിട്ടുണ്ട്.
(മുതൽ, വരെ എന്നീ പദങ്ങൾ ഒരേ രൂപത്തിലുള്ള പദങ്ങളോടു മാത്രമേ ചേർക്കാവൂ.
അഞ്ഞൂറ് എന്ന സംഖ്യാശബ്ദത്തോടാണ് 'മുതൽ' ചേർത്തിട്ടുള്ളത്. അതുകൊണ്ട് 'ആയിരം' എന്ന സംഖ്യാശബ്ദം കഴിഞ്ഞ് 'വരെ' ചേർക്കണം. അതുകഴിഞ്ഞേ 'ലിറ്റർ' ചേർക്കാവൂ. ഓരോ ദിവസവും എന്നുമതി.)

38. രോഗിണിയായ അവന്റെ ഭാര്യ പ്രസവിച്ചു.
(ഭാര്യ എന്ന സ്ത്രീലിംഗരൂപത്തിനു മുന്നിൽത്തന്നെ രോഗിണി എന്ന സ്ത്രീലിംഗവിശേഷണം ചേർക്കണം).

39. കേരളമാകെ ഇന്ന് വായനാദിനം ആചരിച്ചു.
(വായനദിനം - ശരിരൂപം. വായനാശാല എന്നു പ്രയോഗിക്കാറില്ല.

തൊഴിലാളീദിനം, അദ്ധ്യാപകാദിനം, ശിശുദിനം, വയോജനാദിനം എന്നിങ്ങനെയും പ്രയോഗിക്കുന്നില്ല. പിന്നെന്തിനാണ് വായനാദിനം?)

40. ഒരാളിന് ഈരണ്ടു പുസ്തകം വീതം കൊടുക്കണം.
(ഈരണ്ട്, രണ്ടുവീതം - ഏതെങ്കിലും ഒന്നുമതി).

41. ലക്ഷ്മണനോടൊപ്പം ഗർഭിണിയായ സീതയെ രാമൻ കാട്ടിലേക്കയച്ചു. (പദസ്ഥാനം മാറി. രാമൻ കഴിഞ്ഞ് 'ലക്ഷ്മണനോടൊപ്പം എന്ന പദം ചേർത്താൽ ആശയക്കുഴപ്പം തീരും.)

42. ഏറ്റവും വലിയ എഴുത്തുകാരുടെ സംഘടനയാണ് പുരോഗമന കലാസാഹിത്യസംഘം.
(വിശേഷണ വിശേഷ്യപ്പൊരുത്ത രാഹിത്യം. 'സംഘടനയാണ്' എന്നതിന്റെ വിശേഷണമാണ് 'ഏറ്റവും വലിയ' അതിനാൽ സംഘടനയാണ് എന്നതിന്റെ മുന്നിൽത്തന്നെ അതിന്റെ വിശേഷണം ചേർക്കണം.)

43. മന്ത്രിമാരുടെ ധിക്കാരപൂർണ്ണമായ മറുപടിയെ തീർച്ചയായും എതിർക്കുകതന്നെ വേണം.
(തീർച്ചയായും വന്നതിനാൽ 'തന്നെ' എന്നതുവേണ്ട. ഏതെങ്കിലും ഒന്നുമതി.)

44. ഈ ഒരു രീതി നാടകങ്ങൾക്കല്ലാതെ ആട്ടക്കഥകളിൽ കാണാറില്ല.
(നാടകങ്ങൾക്കല്ലാതെ, ആട്ടക്കഥകളിൽ രണ്ടുപദത്തിലും രണ്ടു രൂപം. നാടകങ്ങൾക്കല്ലാതെ, ആട്ടക്കഥകൾക്ക് എന്നോ നാടകങ്ങളിൽ, ആട്ടക്കഥകളിൽ എന്നോ രൂപസമാനത വേണം).

45. പെട്ടെന്നുണ്ടായ ഭാര്യയുടെ മരണം അയാളെ തളർത്തിക്കളഞ്ഞു.
(വിശേഷണ വിശേഷ്യപ്പൊരുത്തമില്ലായ്മ. മരണം എന്ന പദത്തിനു മുന്നിൽ പെട്ടെന്നുണ്ടായ എന്ന പദം ചേർക്കണം).

46. സ്ത്രീകളുടെ സീറ്റിലിരുന്നു യാത്രചെയ്യുന്ന പുരുഷന്മാർ ശിക്ഷാർഹമാണ്.
(ലിംഗപ്പൊരുത്തമില്ലായ്മ. വചനപ്പൊരുത്തമില്ലായ്മ. പുരുഷന്മാർ എന്ന പദത്തിനു ചേർന്നത് ശിക്ഷാർഹരാണ് എന്ന പദമാണ്).

47. ഇവരുടെ മനോഹരമായ കൺപോളകളെ അടച്ചു പിടിക്കൂ; അധരങ്ങളെ മുദ്രവയ്ക്കൂ.

(നപുംസകലിംഗം കർമ്മമായി വരുന്നു. വിഭക്തിപ്രത്യയം വേണമെന്നില്ല. കൺപോളകൾ, അധരങ്ങൾ എന്നിങ്ങനെ മതിയാകും).

48. പല ക്ഷുദ്രജീവികളും നമുക്ക് ഉപകാരം ചെയ്യുന്ന ജന്തുക്കളാണ്.
(ജീവി, ജന്തു - രണ്ടും ഒരേ അർത്ഥം വരുന്ന പദങ്ങൾ. പ്രയോഗം ഒരേ വാക്യത്തിൽ. പൗനരുക്ത്യദോഷം വരുന്നു. 'ഉപകാരം ചെയ്യുന്നവയാണ്' എന്നു ശരിയാക്കാം.)

49. ക്ലാസ്സിൽ ഓരോരുത്തർക്കും യഥേഷ്ടം പോലെ പെരുമാറാനുള്ള അവകാശമില്ല.
(യഥേഷ്ഠം - ഇഷ്ടംപോലെ. പോലെ ആവർത്തനം. യഥേഷ്ടം മതി).

50. വിമാനം തകർന്നതും യാത്രക്കാർ മരിച്ചെന്നും പത്രത്തിൽ കണ്ടു.
(തകർന്നതും, മരിച്ചെന്നും - രണ്ടുരൂപം. തകർന്നെന്നും, മരിച്ചെന്നും - ഇങ്ങനെ പദങ്ങളുടെ രൂപങ്ങൾക്കു ചേർച്ചയുണ്ടാകണം).

9

സമാനരൂപങ്ങൾ

അർത്ഥവ്യത്യാസം ഉണ്ടെങ്കിലും ചില അക്ഷരങ്ങളുടെയോ, പദങ്ങളുടെയോ കൂടിച്ചേരൽകൊണ്ട് രൂപസാദൃശ്യമുള്ള പദങ്ങളാണ് സമാന രൂപങ്ങൾ എന്ന പ്രയോഗംകൊണ്ടുദ്ദേശിക്കുന്നത്. വാക്യപ്രയോഗത്തിന് ഈ പദസമൂഹം സഹായകമാകും.

അടിവരയിട്ടിരിക്കുന്ന പദമോ, അക്ഷരമോ ആണ് രൂപസാദൃശ്യം വരുത്തുന്നത്.

1. സസ്നേഹം - സസന്തോഷം, സകൗതുകം, സവിനയം, സസുഖം, സശ്രദ്ധം, സസൂക്ഷ്മം, സാദരം (സ + ആദരം), സാശ്ചര്യം, (സ + ആശ്ചര്യം), സാദ്ഭുതം (സ + അദ്ഭുതം). (സ = കൂടി).

2. സുദിനം - സുശീലം, സുവിഭക്തം, സുചരിതം, സുസമ്മതം, സുചിന്തിതം, സുകൃതം, സുഗന്ധം, സുപ്രഭാതം, സുബോധം, സുരക്ഷ, സുദർശനം, സുമുഖം, സുപദം...
(സു = നല്ല, ഭംഗിയുള്ള, എളുപ്പമായ, പൂർണ്ണമായ).

3. ദുർഗുണം - ദുർഗ്ഗതി, ദുർദിനം, ദുർന്നയം, ദുർബ്ബലം, ദുർമരണം, ദുർമുഖം, ദുർഭാഗ്യം, ദുർമാർഗ്ഗം.
(ദുർ - ചീത്ത, ദുഷിച്ച).

4. വെൺമാടം - വെൺകതിർ, വെൺമണി, വെൺതാമര, വെൺതിങ്കൾ, വെൺനിലാവ്, വെൺമുകിൽ, വെൺമുത്ത്,

വെൺചാമരം. (വെൺ = വെളുത്ത).

5. സന്തോഷപൂർവ്വം - സ്നേഹപൂർവ്വം, ദയാപൂർവ്വം, വിനയപൂർവ്വം, കൗതുകപൂർവ്വം, ആദരപൂർവ്വം, വാത്സല്യപൂർവ്വം, അഭൂതപൂർവ്വം, വിവേകപൂർവ്വം, നിന്ദാപൂർവ്വം.
(പൂർവ്വം പദാന്ത്യത്തിൽ കൂടിയത് എന്നർത്ഥം).

6. പൂർവ്വരംഗം - പൂർവ്വഭാഷ, പൂർവ്വജ്ഞാനം, പൂർവ്വപദം, പൂർവ്വകഥ, പൂർവ്വദിക്ക്, പൂർവ്വപർവ്വതം, പൂർവ്വസൗഹൃദം, പൂർവ്വസ്മരണ.
(പൂർവ്വം പദാദിയിൽ പണ്ടുള്ള, മുൻപുള്ള, കിഴക്കുള്ള തുടങ്ങിയ അർത്ഥങ്ങൾ).

7. ദയാശൂന്യം - സഹതാപശൂന്യം, അർത്ഥശൂന്യം, ജലശൂന്യം, സ്നേഹശൂന്യം, ബുദ്ധിശൂന്യം, ബോധശൂന്യം, അനുകമ്പാശൂന്യം.
(ശൂന്യം - ഇല്ലായ്മ).

8. ശാരീരികം - മാനസികം, ഗാർഹികം, സാമൂഹികം, കാർഷികം, സാംസ്കാരികം, വ്യാവസായികം, യാന്ത്രികം, പാരിസ്ഥിതികം, നൈസർഗ്ഗികം, കാലികം, കൗടുംബികം.
(കാർഷികം - കൃഷിയെ സംബന്ധിച്ചത്).

9. ജലജം - അംബുജം, വനജം, മധുജം, നീരജം, വാരിജം, സരസിജം, അണ്ഡജം, ശരീരജം.
(ജം - ജനിച്ചത്).

10. നിമിത്തജ്ഞൻ - ലോകജ്ഞൻ, ശാസ്ത്രജ്ഞൻ, സംഗീതജ്ഞൻ, നിയമജ്ഞൻ, ഗണിതജ്ഞൻ, രാജ്യതന്ത്രജ്ഞൻ.
(ജ്ഞൻ - ജ്ഞാനം ഉള്ളവൻ).

11. വാർദ്ധക്യസഹജം - സ്ത്രീസഹജം, വാനരസഹജം, ശിശുസഹജം, മൃഗസഹജം, ജന്തുസഹജം, പുരുഷസഹജം, പണ്ഡിതസഹജം.
(സഹജം - കൂടെ ജനിച്ചത്).

12. പ്രിയതമം - ഉന്നതതമം, ശ്രേഷ്ഠതമം, സുന്ദരതമം, കൃശതമം, മൃദുതമം, ബഹൃത്തമം, ദ്രുതതമം.
(തമം - ഏറ്റവും. പദാവസാനം പ്രയോഗിക്കുന്നു).

13. വിശാലഹൃദയൻ - കഠിനഹൃദയൻ, പേശലഹൃദയൻ, മൃദുലഹൃദയൻ, ലോലഹൃദയൻ.
(ഹൃദയൻ - ഹൃദയത്തോടു കൂടിയവൻ).

14. ദിവ്യരൂപൻ - ദിവ്യാസ്ത്രം, ദിവ്യകോകിലം, ദിവ്യായുധം, ദിവ്യൗഷധം, ദിവ്യവചനം, ദിവ്യജ്ഞാനം, ദിവ്യദൃഷ്ടി.)
(ദിവ്യ - ദൈവികമായ, വിശേഷമായ).

15. ദേശീയം - ക്രിസ്തീയം, മഹമ്മദീയം, ഭാരതീയം, ശാസ്ത്രീയം, രാജകീയം, ജനകീയം.
(ദേശീയം - ദേശസംബന്ധമായ).

16. പ്രിയതമൻ - പ്രിയതമ, പ്രിയംവദ, പ്രിയമാനസൻ, പ്രിയവാദി, പ്രിയവാക്ക്, പ്രിയവ്രതൻ, പ്രിയാതിഥി, പ്രിയസുഹൃത്ത്.
(പ്രിയ - ഇഷ്ടമുള്ള, താത്പര്യമുള്ള.)

17. പുത്രനിർവ്വിശേഷം - മാതൃനിർവ്വിശേഷം, പിതൃനിർവ്വിശേഷം, സഹോദരനിർവ്വിശേഷം, പുത്രീനിർവ്വിശേഷം, സഹോദരീനിർവ്വിശേഷം.
(നിർവ്വിശേഷം - ഒന്നുപോലെ.)

18. പ്രതിവചനം - പ്രതിശബ്ദം, പ്രതിദിനം, പ്രതിപദം, പ്രതികരണം, പ്രതിപുരുഷൻ, പ്രതിരോധം, പ്രതിശീർഷം, പ്രതിരൂപം, പ്രതിദിനം, പ്രതിനിമിഷം, പ്രതിമാസം, പ്രതിവാരം, പ്രതിവർഷം.
(പ്രതി - പകർപ്പ്, മാറ്റം, തോറും, സാദൃശം).

19. സ്ഥിതിവിശേഷം - അവസ്ഥാവിശേഷം, സ്വഭാവവിശേഷം, ഊർജ്ജവിശേഷം, ശക്തിവിശേഷം, ഗുണവിശേഷം, അർത്ഥവിശേഷം.
(വിശേഷം - പ്രത്യേകത, വ്യത്യാസം).

20. യഥേഷ്ടം - യഥായോഗ്യം, യഥേച്ഛം, യഥോചിതം, യഥാസുഖം, യഥാശക്തി, യഥാതഥം.
(യഥാ - എന്നതുപോലെ).

21. സമസ്തജനം - സമസ്തലോകം, സമസ്താപരാധം, സമസ്തജീവജാലം, സമസ്താധാരം, സമസ്തൈശ്വര്യം.
(സമസ്തം - മുഴുവനും).

22.ഉപഗ്രഹം - ഉപഭാഷ. ഉപപാഠം, ഉപാദ്ധ്യായൻ, ഉപപാഠപുസ്തകം, ഉപക്രമം, ഉപസംഹാരം, ഉപജാതി.
(ഉപ - സാമീപ്യം, ആധിക്യം, വ്യാപ്തി, ന്യൂനത).

23.ദൂരസ്ഥൻ - കേന്ദ്രസ്ഥൻ, കാര്യസ്ഥൻ, മദ്ധ്യസ്ഥൻ, സമീപസ്ഥൻ, ഉച്ചസ്ഥൻ.
(സ്ഥൻ - സ്ഥിതിചെയ്യുന്നവൻ).

24.തൂമണം - തൂമൊഴി, തൂമെയ്യ്, തൂമേഘം, തൂമാനം, തൂവെണ്ണ.
(തൂ - നല്ല, ഭംഗിയുള്ള, പ്രകാശമുള്ള).

25.നവരസം - നവഗ്രഹം, നവരത്നം, നവമാലിക, നവയൗവനം, നവദ്വാരം, നവോന്മേഷം, നവശോഭ.
(നവം - പുതിയത്, ഒൻപത്).

10

ഒറ്റപ്പദമാക്കുക

അക്ഷരങ്ങളോ പദങ്ങളോ കൂടാതെ പരസ്പരം ബന്ധമുള്ള പദങ്ങളെ കൂട്ടിച്ചേർത്ത് ഒറ്റപ്പദമാക്കാവുന്നതാണ്. ഈ പ്രക്രിയയാണ് സമാസം.

സമാസിച്ച പദം സമസ്തപദം. വേറിട്ടു നില്ക്കുന്ന പദങ്ങൾ വ്യത്യസ്തപദങ്ങൾ. ചുവടേ വ്യത്യസ്തപദങ്ങളും അവയുടെ സമസ്തപദങ്ങളും നല്കുന്നു.

1. തലയിലെ വേദന - തലവേദന
2. മരത്തിന്റെ പൊടി - മരപ്പൊടി
3. നിലത്തെ തല്ലുന്നത് - നിലംതല്ലി
4. കൊടിക്കുള്ള മരം - കൊടിമരം
5. ഗംഗയിലെ സ്നാനം - ഗംഗാസ്നാനം
6. ഭാരതം എന്ന ഭൂമി - ഭാരതഭൂമി
7. കേരളം എന്ന നാട് - കേരളനാട്
8. രാമന്റെ ബാണം - രാമബാണം
9. കൃഷ്ണന്റെ ഗാഥ - കൃഷ്ണഗാഥ
10. ധീരയായ വനിത - ധീരവനിത
11. മുഖമാകുന്ന കമലം - മുഖകമലം
12. സംസാരമാകുന്ന സാഗരം - സംസാരസാഗരം
13. മലർപോലുള്ള അടി - മലരടി
14. മധുപോലുള്ള മൊഴി - മധുമൊഴി
15. കടലിലെ ആന - കടലാന
16. സൂര്യന്റെ കിരണം - സൂര്യകിരണം

17. മരത്തെ വെട്ടൽ - മരംവെട്ടൽ
18. നദിയുടെ മുഖം - നദീമുഖം
19. കാട്ടിലെ വള്ളി - കാട്ടുവള്ളി
20. സഹ്യൻ എന്ന മല - സഹ്യൻമല
21. നീലയായ ആകാശം - നീലാകാശം
22. ഉന്നതമായ തടം - ഉന്നതതടം
23. മാനവരുടെ സമൂഹം - മാനവസമൂഹം
24. യശസ്സാകുന്ന ശരീരം - യശശ്ശരീരം
25. കരമാകുന്ന വല്ലരി - കരവല്ലരി
26. മുഖമാകുന്ന ചന്ദ്രൻ - മുഖചന്ദ്രൻ
27. ഉത്പത്തിയുടെ ഹേതു - ഉത്പത്തിഹേതു
28. ഊർജ്ജത്തിന്റെ വ്യയം - ഊർജ്ജവ്യയം
29. കൊന്നയായ തെങ്ങ് - കൊന്നത്തെങ്ങ്
30. മഞ്ഞയായ പട്ട് - മഞ്ഞപ്പട്ട്
31. ക്ഷുത്തിനാൽ പീഡിതൻ - ക്ഷുൽപീഡിതൻ
32. പാട്ടകൊണ്ടുള്ള തകിട് - പാട്ടത്തകിട്
33. പുരയുടെ പുറം - പുരപ്പുറം
34. നാലുമുഖമുള്ളവൻ - നാന്മുഖൻ
35. മതിയെപ്പോലുള്ള മുഖമുള്ളവൾ - മതിമുഖി
36. മതിക്കു നേരായ മുഖമുള്ളവൾ - മതിനേർമുഖി
37. മാനിന്റെ മിഴിപോലുള്ള മിഴിയുള്ളവൾ - മാൻമിഴിയാൾ
38. മൂന്നു കണ്ണുള്ളവൻ - മുക്കണ്ണൻ
39. പേടമാനിന്റെ കണ്ണുപോലുള്ള കണ്ണുള്ളവൾ - പേടമാൻകണ്ണി
40. പീതമായ അംബരത്തോടു കൂടിയവൻ - പീതാംബരൻ
41. ഉദാരമായ മതിയോടു കൂടിയവൻ - ഉദാരമതി
42. ബദ്ധമായ ശ്രദ്ധയുള്ളവൻ - ബദ്ധശ്രദ്ധൻ
43. വ്യാകുലമായ ചിത്തത്തോടു കൂടിയവൻ - വ്യാകുലചിത്തൻ
44. വിശാലമായ ഹൃദയത്തോടു കൂടിയവൻ - വിശാലഹൃദയൻ
45. കരവും ചരണവും- കരചരണങ്ങൾ
46. ഗുരുവും ശിഷ്യനും - ഗുരുശിഷ്യന്മാർ
47. നരനും നാരായണനും - നരനാരായണന്മാർ
48. രാവും പകലും - രാപ്പകലുകൾ
49. കൈയും കാലും - കൈകാലുകൾ
50. ജരയും നരയും - ജരാനര
51. ജ്യേഷ്ഠനും അനുജനും - ജ്യേഷ്ഠാനുജന്മാർ
52. ഭാര്യയും ഭർത്താവും - ഭാര്യാഭർത്താക്കന്മാർ
53. മാതാവും പിതാവും - മാതാപിതാക്കന്മാർ
54. വിദ്യാർത്ഥിനിയും വിദ്യാർത്ഥിയും - വിദ്യാർത്ഥിനീ വിദ്യാർത്ഥികൾ
55. സ്ഥാനവും മാനവും - സ്ഥാനമാനങ്ങൾ

56. സുഖവും അസുഖവും - സുഖാസുഖങ്ങൾ
57. രാവും പകലും - രാപ്പകലുകൾ
58. കൈയും കാലും - കൈകാലുകൾ
59. പത്തോ നൂറോ - പത്തുനൂറ്
60. രണ്ടോ മൂന്നോ - രണ്ടുമൂന്ന്
61. സൃഷ്ടിയും സ്ഥിതിയും സംഹാരവും - സൃഷ്ടിസ്ഥിതി സംഹാരങ്ങൾ
62. അരുന്ധതിയും വസിഷ്ഠനും - അരുന്ധതീവസിഷ്ഠന്മാർ
63. അംബയും ശിവനും - അംബാശിവർ
64. ദിനംതോറും - പ്രതിദിനം
65. നിമിഷംതോറും - പ്രതിനിമിഷം
66. ശക്തിപോലെ - യഥാശക്തി
67. ഇഷ്ടംപോലെ - യഥേഷ്ടം
68. സ്നേഹത്തോടുകൂടി - സസ്നേഹം
69. സന്തോഷത്തോടുകൂടി- സസന്തോഷം
70. ഭക്തിയോടുകൂടി - ഭക്തിപൂർവ്വം
71. മാർഗ്ഗമദ്ധ്യത്തിൽ - മദ്ധ്യേമാർഗ്ഗം
72. ജന്മം മുതൽ - ആജന്മം
73. മുഖത്തിനുനേരെ - അഭിമുഖം
74. ക്ഷേത്രത്തിനു സമീപം - ഉപക്ഷേത്രം
75. യോഗ്യതപോലെ - യഥായോഗ്യം

11

പിരിച്ചെഴുത്ത്

സന്ധിയിലൂടെ ഒറ്റപ്പദങ്ങളായി നിലകൊള്ളുന്ന നിരവധി പദങ്ങൾ നമ്മുടെ ഭാഷയിലുണ്ട്. അവ ശരിയായ രീതിയിൽ പിരിച്ചെഴുതാൻ വിദ്യാർത്ഥികൾക്കു കഴിയണം. സന്ധികാര്യങ്ങളൊന്നും ഇവിടെ സൂചിപ്പിക്കുന്നില്ല. സാധാരണ പ്രയോഗത്തിലുള്ള ഏതാനും പദങ്ങൾ എങ്ങനെ പിരിച്ചെഴുതണമെന്നാണ് താഴെ കാണിച്ചിരിക്കുന്നത്.

സർവ്വാംഗം - സർവ്വ + അംഗം
കഥാഖ്യാനം - കഥ + ആഖ്യാനം
പൂർവ്വാർദ്ധം - പൂർവ്വ + അർത്ഥം
ദേവാലയം - ദേവ + ആലയം
നരാധിപൻ - നര + അധിപൻ
കവീശൻ - കവി + ഈശൻ
ലക്ഷ്മീശൻ - ലക്ഷ്മി + ഈശൻ
രാകേന്ദു - രാക + ഇന്ദു
അതിശയോക്തി-അതിശയ+ഉക്തി
ജനോപകാരം - ജന + ഉപകാരം
വസന്തോത്സവം-വസന്ത+ഉത്സവം
വസന്തർത്തു - വസന്ത + ഋതു
മഹർഷി - മഹാ + ഋഷി
ലോകൈകവീരൻ - ലോക + ഏകവീരൻ
വനൗഘം - വന + ഔഘം

മഹൗഷധി - മഹാ + ഔഷധി
പ്രജൈശ്വര്യം - പ്രജ + ഐശ്വര്യം
അത്യധികം - അതി + അധികം
വാഗീശ്വരി - വാക് + ഈശ്വരി
വാഗ്ദേവി - വാക് + ദേവി
ചിന്മയൻ - ചിത് + മയൻ
മനഃശക്തി - മനസ് + ശക്തി
മഹച്ചരിതം - മഹത് + ചരിതം
മഹച്ഛക്തി - മഹത് + ശക്തി
വിദ്യുച്ഛക്തി - വിദ്യുത് + ശക്തി
സല്ലീലം - സത് + ലീലം
സുഹൃല്ലാഭം - സുഹൃത് + ലാഭം
ഉദ്ധരണം - ഉത് + ഹരണം
തദ്ധിതം - തത് + ഹിതം
വാഗീശ - വാക് + ഈശ
അബ്ജം - അപ് + ജം
തപോഭയം - തപസ്സ് + ഭയം
ചേതോഹരം - ചേതസ്സ് + ഹരം
വയോധിക - വയസ്സ് + അധിക
മനഃകാഠിന്യം - മനസ്സ് + കാഠിന്യം
ആയുഷ്കാലം - ആയുസ്സ് + കാലം
നിഷ്ഫലം - നിഃ + ഫലം
ദുഷ്കൃത്യം - ദുഃ + കൃത്യം
ബഹിഷ്കൃതം - ബഹിഃ + കൃതം
ചതുഷ്കോണം - ചതുഃ + കോണം
നില്ക്കവിടെ - നില്ക്ക് + അവിടെ
വരികെടോ - വരിക + എടോ
അല്ലല്ലോ - അല്ല + അല്ലോ
അല്ലെങ്കിൽ - അല്ല + എങ്കിൽ
ഇല്ലെങ്കിൽ - ഇല്ല + എങ്കിൽ
വേണ്ടെന്ന് - വേണ്ട + എന്ന്
വരികയില്ല - വരിക + ഇല്ല
ഇല്ലാതില്ല - ഇല്ലാതെ + ഇല്ല
തണുപ്പില്ല - തണുപ്പ് + ഇല്ല
കസവൊളി - കസവ് + ഒളി
വരാതിരിക്കാം-വരാതെ + ഇരിക്കാം

പോകുന്നെങ്കിൽ-പോകുന്നു + എങ്കിൽ
ആയെങ്കിൽ - ആയി + എങ്കിൽ
പച്ചില - പച്ച + ഇല
പറഞ്ഞെന്ന് - പറഞ്ഞു + എന്ന്
ചത്തെങ്കിൽ - ചത്ത് + എങ്കിൽ
എന്തെന്നാൽ - എന്ത് + എന്നാൽ
വിശപ്പുണ്ട് - വിശപ്പ് + ഉണ്ട്
തിരുവോണം - തിരു + ഓണം
തിരുവാതിര - തിരു + ആതിര
തിരുവനന്തപുരം - തിരു + അനന്തപുരം
അവിടം - അ + ഇടം
കൈയക്ഷരം - കൈ + അക്ഷരം
യാത്രയയപ്പ് - യാത്ര + അയപ്പ്
കലയ്ക്ക് - കല + ക്ക്
ചെയ്തവൻ - ചെയ്ത + അവൻ
തീയാട്ട് - തീ + ആട്ട്
കുഴിയാന - കുഴി + ആന
കലയുടെ - കല + ഉടെ
ആയിടയ്ക്ക് - ആ + ഇടയ്ക്ക്
പശുക്കുട്ടി - പശു + കുട്ടി
ഇത്തരം - ഈ + തരം
വെള്ളക്കൊടി - വെള്ള + കൊടി
മരക്കൊമ്പ് - മര + കൊമ്പ്
കവിൾത്തടം - കവിൾ + തടം
കണ്ണീർ - കൺ + നീർ
മഹദ്വചനം - മഹത് + വചനം
എണ്ണൂറ് - എൺ + നൂറ്
പൊൽത്താമര - പൊൻ + താമര
സച്ചരിതം - സത് + ചരിതം
വെഞ്ചാമരം - വെൺ + ചാമരം
പൊൽക്കതിർ - പൊൻ + കതിർ
തൃപ്പാദം - തിരു + പാദം
തൃക്കൈ - തിരു + കൈ
കന്മതിൽ - കല് + മതിൽ
നെന്മണി - നെല്ല് + മണി
പിൽക്കാലം - പിൻ + കാലം

വിണ്ടലം - വിൺ + തലം
ധനത്തെ - ധനം + എ
രാജ്യത്തെ - രാജ്യം + എ
നന്നൂൽ - നല് + നൂൽ
ഇക്കാര്യം - ഇ + കാര്യം
കീറിപ്പറിഞ്ഞ - കീറി + പറിഞ്ഞ
പൊട്ടിത്തെറിച്ചു-പൊട്ടി + തെറിച്ചു
കൂടടച്ചു - കൂട് + അടച്ചു
പൂവമ്പൻ - പൂ + അമ്പൻ
മഴയില്ല - മഴ + ഇല്ല

12

ശൈലികൾ

എല്ലാ ഭാഷകൾക്കും ആശയപ്രകാശനത്തിന് ചില പ്രത്യേക രീതികളുണ്ട്. അത്തരം പ്രയോഗവിശേഷങ്ങളാണ് ശൈലികൾ. ഭാഷയ്ക്ക് ചൈതന്യവും ശക്തിയും നല്കുന്നത് അതിന്റെ ശൈലികളാണ്.

കുറഞ്ഞ പദങ്ങൾകൊണ്ട് വലിയ ആശയങ്ങൾ പ്രകടമാക്കാൻ ശൈലികൾക്കു ശക്തിയുണ്ട്. അർത്ഥവും ഭാവവും ആശയപ്രകാശനമികവും ശൈലികളുടെ പ്രത്യേകതകളാണ്.

മലയാളഭാഷയിലെ ചില ശൈലികളും അവയുടെ ആശയവും, പ്രയോഗവും ചുവടെ നല്കുന്നു.

1. അങ്ങാടിപ്പാട്ട് - പരസ്യം.
   സോളാർ തട്ടിപ്പിലെ ഉന്നതരുടെ പങ്ക് അങ്ങാടിപ്പാട്ടായിട്ടും ഭരണാധികാരികൾക്ക് ഒരു കുലുക്കവുമില്ല.

2. അടിക്കല്ലു മാന്തുക - അസ്തിവാരം തകർക്കുക.
   സാമ്പത്തികമായ അച്ചടക്കമില്ലായ്മ നമ്മുടെ സംസ്ഥാനത്തിന്റെ അടിക്കല്ലു മാന്തിയിരിക്കുന്നു.

3. അടിച്ചുടച്ചു വാർക്കുക - മുഴുവൻ മാറ്റുക.
   നമ്മുടെ വിദ്യാഭ്യാസമേഖല അടിച്ചുടച്ചു വാർക്കാനുള്ള സമയം അതിക്രമിച്ചിരിക്കുകയാണ്.

4. അടുക്കളക്കാര്യം- വീട്ടുകാര്യം.
   ഭരണം അടുക്കളക്കാര്യം പോലെ കൈകാര്യം ചെയ്യാനുള്ളതല്ല.

5. ആപ്പു പിഴുത കുരങ്ങ് - വേണ്ടാത്തതു ചെയ്തതിനാൽ ആപത്തിൽ പെട്ടവൻ.
നികുതി വർദ്ധിപ്പിച്ച് സർക്കാർ ആപ്പു പിഴുത കുരങ്ങാകരുത്.

6. ഇടിത്തീ വീണവനെ പാമ്പുകടിക്കുക - ആപത്തിനുമേൽ ആപത്തു വരിക.
വിലക്കയറ്റം കൊണ്ടു പൊറുതിമുട്ടുന്ന ജനത്തിനുമേൽ നികുതി വർദ്ധന ഇടിത്തീവീണവനെ പാമ്പുകടിച്ച അവസ്ഥയുണ്ടാക്കി.

7. ഇളിച്ചു കാട്ടുക-പരിഹസിക്കുക.
ചില ഉന്നതർ പത്രപ്രവർത്തകരുടെ മുന്നിൽ ഇളിച്ചുകാട്ടി രക്ഷപ്പെടാറുണ്ട്.

8. ഉണ്ടചോറിൽ കല്ലിടുക - നന്ദികേടു കാണിക്കുക.
ജീവിക്കാനുള്ള അവകാശങ്ങൾ നേടിക്കൊടുത്ത പ്രസ്ഥാനത്തെ തള്ളിപ്പറയുന്നത് ഉണ്ടചോറിൽ കല്ലിടുന്നതിനു തുല്യമാണ്.

9. ഉപ്പുതൊട്ടു കർപ്പൂരം വരെ - സകലതും.
ഉപ്പുതൊട്ടു കർപ്പൂരം വരെ വിലകൂടിയിട്ടും ഭരണാധികാരികൾക്ക് ഒരുളുപ്പുമില്ല.

10. ഊന്നുവടി - ആശ്രയം.
സാധാരണക്കാരന് എന്നും ഊന്നുവടിയായിരുന്നത് ഇടതുപക്ഷപ്രസ്ഥാനമാണ്.

11. ഒച്ചിഴയുക - മന്ദഗതി.
വിഴിഞ്ഞം തുറമുഖപദ്ധതി ഒച്ചിഴയുന്ന മട്ടിലാണ് നീങ്ങുന്നത്.

12. ഒളിച്ചുകളി നയം - മറവിൽ നില്ക്കുന്നരീതി.
ജനങ്ങളുടെ ജീവൽപ്രശ്നങ്ങളിൽ ഭരണകർത്താക്കൾ ഒളിച്ചുകളി നയം സ്വീകരിക്കാൻ പാടില്ല.

13. കണ്ണടയ്ക്കുക - കണ്ടില്ലെന്നു ഭാവിക്കുക.
കുട്ടികളുടെ കുറ്റകൃത്യങ്ങൾക്കുനേരെ കണ്ണടയ്ക്കുന്നത് അവർക്കു ദോഷം ചെയ്യും.

14. കണ്ണിൽ മണ്ണിടുക-വഞ്ചിക്കുക.
ആദിവാസികളുടെ കണ്ണിൽ മണ്ണിടുന്നത് ഇനിയും തുടരുകയാണോ?

15. കണ്ണീരും കൈയുമാകുക - സങ്കടം മാത്രം ആശ്രയമാകുക.
സ്വാതന്ത്ര്യം കിട്ടി ആറു പതിറ്റാണ്ടു കഴിഞ്ഞിട്ടും കണ്ണീരും കൈയുമായി കഴിയുന്ന കോടിക്കണക്കിനു ജനങ്ങൾ ഭാരതത്തിലുണ്ട്.

16. കരയുന്ന പിള്ളയ്ക്കേ പാലുള്ളൂ - ഒച്ചപ്പാടുണ്ടാക്കിയാലേ കിട്ടേണ്ടതു കിട്ടുകയുള്ളൂ.
കരയുന്ന പിള്ളയ്ക്കേ പാലുള്ളൂ എന്നറിയാവുന്ന തൊഴിലാളികൾ സമരം ചെയ്യും.

17. കള്ളനെ താക്കോൽ ഏല്പിക്കുക - ഉപദ്രവകാരികൾക്ക് അവസരം നല്കുക.
പെൻഷൻ ഫണ്ട് പുത്തൻതലമുറ ബാങ്കുകളിൽ നിക്ഷേപിക്കുന്നത് കള്ളനെ താക്കോൽ ഏല്പിക്കുന്നതു പോലെയാണ്.

18. കാലുമാറുക - കൂറുമാറുക.
തത്ത്വദീക്ഷയില്ലാത്ത രാഷ്ട്രീയക്കാർ സ്ഥാനമാനങ്ങൾക്കുവേണ്ടി കാലുമാറുക ഒരു ശീലമാക്കുന്നു.

19. കീഴും കിഴക്കുമില്ലാത്ത - തിരിച്ചറിവില്ലാത്ത.
കീഴും കിഴക്കുമില്ലാത്തവർ നാടു ഭരിച്ചാൽ നാടു മുടിയും.

20. കുട്ടിച്ചോറാക്കുക-നശിപ്പിക്കുക.
നമ്മുടെ വിദ്യാഭ്യാസ വകുപ്പ് കുട്ടിച്ചോറാക്കിയേ അടങ്ങൂ എന്ന വാശിയിലാണ് ചിലർ.

21. കുംഭകോണം - തട്ടിപ്പ്.
കൽക്കരി കുംഭകോണത്തിൽ വമ്പന്മാർ കുടുങ്ങിക്കൊണ്ടിരിക്കുന്നു.

22. കുറുപ്പില്ലാക്കളരി - നാഥനില്ലാത്ത സ്ഥലം.
കേരള വിദ്യാഭ്യാസവകുപ്പ് കുറുപ്പില്ലാക്കളരിയായിക്കഴിഞ്ഞു.

23. കെടാവിളക്ക് - നിത്യപ്രകാശത്തോടു കൂടിയത്.
കേരള രാഷ്ട്രീയത്തിലെ കെടാവിളക്കാണ് ഇ എം എസ് നമ്പൂതിരിപ്പാട്.

24. കൊട്ടിഘോഷിക്കുക - പരസ്യപ്പെടുത്തുക.
സർക്കാർ കൊട്ടിഘോഷിച്ച പല പദ്ധതികളും കടലാസിൽ ഒതുങ്ങിക്കൂടി.

25. കൊലച്ചതി - വലിയ വഞ്ചന.
മലയാളം ഒന്നാംഭാഷയാക്കാത്തത് മലയാളികളോടുള്ള കൊലച്ചതിയാണ്.

26. കോപ്പു കൂട്ടുക - തയ്യാറാകുക.
സമരത്തിനു കോപ്പു കൂട്ടിയാലേ കെ എസ് ആർ ടി സി പെൻഷൻകാർക്ക് പെൻഷൻ നല്കൂ എന്നത് അപലപനീയമാണ്.

27. ഗളഹസ്തം ചെയ്യുക - പുറംതള്ളുക.
അന്ധവിശ്വാസങ്ങളെ ഗളഹസ്തം ചെയ്യാതെ കേരള സമൂഹം പുരോഗമിക്കില്ല.

28. ചരടു പിടിക്കുക-നിയന്ത്രിക്കുക.
ചിലരുടെ ചരടുപിടുത്തം മൂലമാണ് മലയാളം അവഗണിക്കപ്പെടുന്നത്.

29. ചെപ്പടിവിദ്യ-കൗശലപ്രയോഗം.
നമ്മുടെ നാടിന്റെ സാമ്പത്തികഭദ്രതയ്ക്ക് ചെപ്പടിവിദ്യ ഉപകരിക്കില്ല.

30. ജലരേഖ - അസ്ഥിരമായത്.
സർക്കാരിന്റെ വാഗ്ദാനങ്ങൾ മിക്കതും ജലരേഖയായിക്കഴിഞ്ഞു.

31. ഞെക്കിപ്പിഴിയുക - ബുദ്ധിമുട്ടിച്ച് ഈടാക്കുക.
ജനങ്ങളെ ഞെക്കിപ്പിഴിഞ്ഞാണ് ഖജനാവിൽ പണമുണ്ടാക്കുന്നത്.

32. തകിടം മറിക്കുക - കുഴപ്പം സൃഷ്ടിക്കുക, അട്ടിമറിക്കുക.
മതത്തിന്റെ പേരിൽ രാജ്യത്തിന്റെ ഐക്യം തകിടം മറിക്കുന്ന സംഘങ്ങളെ ജയിലറയ്ക്കുള്ളിലടയ്ക്കണം.

33. തലയണമന്ത്രം - രഹസ്യമായ ദുർബോധന.
തലയണമന്ത്രം കേൾക്കുന്നവർക്ക് നല്ല ഭരണാധികാരിയാകാനാവില്ല.

34. താന്തോന്നിത്തമ്പുരാൻ - സ്വേച്ഛാധിപതി.
താന്തോന്നിത്തമ്പുരാക്കന്മാരെ ജനങ്ങൾ തൂത്തെറിയും.

35. തുരങ്കം വയ്ക്കുക - അടിയോടെ തകർക്കുക.
രാജ്യത്തിന്റെ ഭദ്രതയെ തുരങ്കം വയ്ക്കുന്ന മതതീവ്രവാദശക്തികൾ നമ്മുടെ രാജ്യത്തുണ്ട്.

36. തൊഴുത്തിൽക്കുത്ത് - വേണ്ടപ്പെട്ടവർ തമ്മിലുള്ള കലഹം.
തൊഴുത്തിൽക്കുത്ത് ഏതു പ്രബലസംഘത്തെയും തകർത്തുകളയും.

37. നക്കിക്കൊല്ലുക - ഇണങ്ങി നശിപ്പിക്കുക.
നക്കിക്കൊല്ലുക എന്നത് സാമ്രാജ്യശക്തികളുടെ സ്വഭാവമാണ്.

38. നക്ഷത്രമെണ്ണുക - ബുദ്ധിമുട്ടുക.
നിത്യോപയോഗസാധനങ്ങളുടെ വിലവർദ്ധനമൂലം പാവപ്പെട്ട ജനങ്ങൾ നക്ഷത്രമെണ്ണുകയാണ്.

39. നല്ലപിള്ള ചമയുക - യോഗ്യനാണെന്ന് ഭാവിക്കുക.
അക്രമവും അനീതിയും സ്വജനപക്ഷപാതവും കാട്ടിയിട്ട് പൊതുജനത്തിനു മുന്നിൽ നല്ലപിള്ള ചമയുന്നവർ അപകടകാരികളാണ്.

40. നേരും നെറിയും - സത്യവും നീതിയും
നേരും നെറിയുമില്ലാത്തവർ നാടു ഭരിച്ചാൽ നാടു മുടിയും.

41. നോക്കുകുത്തി - എല്ലാം കണ്ടുകൊണ്ടു മിണ്ടാതിരിക്കുന്നവൻ.
ഭരണം ജനോപകാരപ്രദമല്ലെങ്കിൽ ജനം നോക്കുകുത്തികളാകില്ല.

42. പള്ളിയറയിലെ കള്ളൻ - ഉന്നതസ്ഥാനങ്ങളിലെ അഴിമതിക്കാരൻ.
പള്ളിയറയിലെ കള്ളന്മാർ ഒരുനാൾ തടവറയ്ക്കുള്ളിലാകുന്നത് ജനം കണ്ടുരസിക്കും.

43. പാതിരി മലയാളം - വികലമായ മലയാളം.
ഇംഗ്ലീഷ് മീഡിയത്തിൽ പഠനം നടത്തിയവരുടെ പാതിരിമലയാളം നമ്മുടെ മാതൃഭാഷയ്ക്ക് അപമാനമാണ്.

44. പാലും തേനും ഒഴുക്കുക - ഐശ്വര്യപൂർണ്ണമാക്കുക.
രാജ്യത്ത് പാലും തേനുമൊഴുക്കുമെന്ന് ഭരണാധികാരികൾ മാധ്യമങ്ങളിലൂടെ പ്രചാരണം നടത്തുക മാത്രമേ ചെയ്യുന്നുള്ളൂ.

45. പൂച്ചസന്ന്യാസി - കപടസന്ന്യാസി.
ആൾദൈവങ്ങളായി സ്വയം പ്രഖ്യാപിച്ചുകൊണ്ട് പൂച്ചസന്ന്യാസിമാർ അന്ധവിശ്വാസങ്ങൾ പ്രചരിപ്പിക്കുന്നു.

46. മരപ്പാവ - നിർജ്ജീവമായത്.
ദുരിതമനുഭവിക്കുന്നവർ മരപ്പാവകളായാൽ ഭരണാധികാരികൾ താന്തോന്നികളാകുമെന്നറിയുക.

47. മുന്തിയറുപ്പൻ - വലിയ കള്ളൻ, പോക്കറ്റടിക്കാരൻ.
ജനാധിപത്യത്തിൽ ഭരണാധികാരികൾ ജനങ്ങളുടെ മുന്തിയറുപ്പന്മാരാകരുത്.

48. യോഗനിദ്ര - ഗാഢനിദ്ര, നീണ്ട ഉറക്കം.
അധികാരികൾ യോഗനിദ്രയിലായതാണ് തലസ്ഥാനനഗരി ഗുണ്ടകളുടെ വിളയാട്ടഭൂമിയാകാൻ കാരണം.

49. രാമേശ്വരത്തെ ക്ഷൗരം പോലെ - ജോലി പൂർത്തിയാക്കാതിരിക്കുക.
നമ്മുടെ മരാമത്തുപണികൾ രാമേശ്വരത്തെ ക്ഷൗരം പോലെയാണ്.

50. വനരോദനം - ശ്രദ്ധിക്കപ്പെടാത്ത ആവലാതി.
മലയാളം ഒന്നാംഭാഷയാക്കണമെന്നത് വനരോദനമായി അവശേഷിക്കാൻ മലയാളത്തെ സ്നേഹിക്കുന്നവർ അനുവദിക്കില്ല.

13

പഴഞ്ചൊല്ലിൽ പതിരില്ല

മുകളിൽ കൊടുത്തിരിക്കുന്നത് ഒരു പഴമൊഴിയാണ്. പഴഞ്ചൊല്ലുകൾ അഥവാ പഴമൊഴികൾ അർത്ഥപൂർണ്ണങ്ങളാണെന്നാണ് അതിന്റെ സാരം.

പഴകിയ ചൊല്ലുകളാണ് പഴഞ്ചൊല്ലുകൾ. നമ്മുടെ പൂർവ്വികർ സന്ദർഭത്തിനനുസരിച്ചു പറഞ്ഞ തത്ത്വങ്ങളോ, ഉപദേശങ്ങളോ, വസ്തുതകളോ ആണ് പഴഞ്ചൊല്ലുകൾ. രൂപത്തിലും, ഭാവത്തിലും, അർത്ഥത്തിലും, താളത്തിലും ഇവ ആകർഷകങ്ങളാകയാൽ ഏവരും ഇവ ഇഷ്ടപ്പെടുന്നു.

ജീവിതത്തിന്റെ എല്ലാ മേഖലകളിലും ഉള്ളവർ പഴഞ്ചൊല്ലുകൾ പ്രയോഗിക്കാറുണ്ട്; നിരക്ഷരരും പണ്ഡിതന്മാരും ഉൾപ്പെടെ.

താളം, ഒഴുക്ക്, ലാളിത്യം, ശ്രവണസുഖം, വൈചിത്ര്യം, ആശയപുഷ്ടി, കാവ്യഭംഗി, രൂപഭദ്രത, ഫലിതസന്നിവേശം എന്നിവ പഴമൊഴികളുടെ പ്രത്യേകതകളാണ്.

മലയാളഭാഷയെ ചൈതന്യപൂർണ്ണവും അഴകുറ്റതുമാക്കുന്നതിൽ പഴഞ്ചൊല്ലുകൾ ഏറെ സഹായിക്കുന്നുണ്ട്. നമ്മുടെ പദ്യഗദ്യസാഹിത്യകൃതികളിൽ പഴമൊഴിയഴകുകൾ ധാരാളമായി കാണാവുന്നതാണ്.

മലയാളത്തിലെ ഏതാനും പഴഞ്ചൊല്ലുകളും അവയുടെ ആശയങ്ങളുമാണ് തുടർന്നു നല്കുന്നത്.

1. അമ്മയോടൊക്കുമോ
   അമ്മായിഅമ്മ
   - അമ്മയ്ക്കൊപ്പം ആരുമില്ല.

2. അമ്മയുടെ ശാപം
ചത്താലും പോവില്ല
- അമ്മയുടെ ശാപം ഏറ്റുവാങ്ങരുത്.

3. അമ്മയ്ക്ക് അരി അളക്കരുത്
- ആരുടെയും സ്വാതന്ത്ര്യത്തിൽ കൈകടത്തരുത്.

4. അമ്മ പെറ്റ്
അച്ഛൻ വളർത്തണം
- കുട്ടികളുടെ കാര്യത്തിൽ അച്ഛന് ശ്രദ്ധവേണം.

5. അടി തെറ്റിയാൽ
ആനയും വീഴും
- ശക്തനും ചുവടു പിഴയ്ക്കും.

6. അതിമോഹം കുടികെടുത്തും
- അത്യാഗ്രഹം നാശമുണ്ടാക്കും.

7. അധികമായാൽ അമൃതും വിഷം
- ക്രമത്തിലധികമായാൽ നന്മയും തിന്മയാകും.

8. അമ്മയ്ക്കു പ്രാണവേദന
മകൾക്കു വീണവായന
- അവസരത്തിനൊത്തു പ്രവർത്തിക്കാതിരിക്കുക.

9. അരമനരഹസ്യം അങ്ങാടിയിൽ പരസ്യം
- മറ്റുള്ളവർ അറിയേണ്ടാത്തതു പരസ്യമാകുന്നത്.

10. അരിയെത്ര പയറഞ്ഞാഴി
-വിഷയബന്ധമില്ലാത്ത മറുപടി.

11. അളമുട്ടിയാൽ ചേരയും കടിക്കും
- ഉപദ്രവം അധികമായാൽ സാധുശീലരും പ്രതികരിക്കും.

12. ആശാനും അടവു പിഴയ്ക്കും
- അതിസമർത്ഥനും അബദ്ധം പറ്റും.

13. ആന കൊടുത്താലും ആശകൊടുക്കരുത്
- ആശിപ്പിച്ചു നിരാശനാക്കരുത്.

14. ആനപ്പുറത്തിരുന്നാൽ നായയെപേടിക്കണോ
    - ഉന്നതന്മാർ പാവങ്ങളെ അവഗണിക്കുന്നു.

15. ഈറ്റെടുക്കാൻ പോയവൾ ഇരട്ടപെറ്റു
    - വിനയൊതുക്കാൻ ശ്രമിച്ചവർ ഇരട്ടി വിനയുണ്ടാക്കി.

16. ഈച്ചയെ കൊല്ലാൻ ഇരുമ്പു കൂടം വേണോ?
    - നിസ്സാര കാര്യത്തിന് വലിയ ശ്രമം വേണ്ട.

17. ഉണ്ടവനറിയില്ല ഉണ്ണാത്തവന്റെ വിശപ്പ്
    - സമ്പന്നർക്ക് ദരിദ്രന്റെ കഷ്ടപ്പാടറിയില്ല.

18. ഉള്ളതു പറഞ്ഞാൽ ഉറിയും ചിരിക്കും
    - സത്യം ആർക്കും ഇഷ്ടപ്പെടും.

19. ഏച്ചുകെട്ടിയാൽ മുഴച്ചിരിക്കും
    - ചേർച്ചയില്ലായ്മ.

20. ഏട്ടിലെ പശു പുല്ലുതിന്നുകയില്ല
    - പ്രായോഗികമായ അറിവാണ് മികച്ചത്.

21. എരുമക്കുഞ്ഞിനെ നീന്തൽ പഠിപ്പിക്കേണ്ട
    - സ്വതസിദ്ധമായതിന് അഭ്യാസം വേണ്ട.

22. എലിക്കു പ്രാണവേദന പൂച്ചയ്ക്കു കളിവിളയാട്ടം
    - ഒരാളുടെ സന്തോഷം മറ്റൊരാൾക്കു സങ്കടമാകുന്നു.

23. എലിയെ പേടിച്ച് ഇല്ലം ചുടരുത്
    -ആലോചനയില്ലാതെ പ്രവർത്തിക്കരുത്.

24. ഓണത്തിനിടയ്ക്കു പുട്ടുകച്ചവടം
    - വൻകാര്യത്തിനിടയിൽ നിസ്സാരകാര്യം.

25. ഓണം പിറന്നാലും ഉണ്ണി പിറന്നാലും കോരനു കുമ്പിളിൽ കഞ്ഞി
    - ദരിദ്രന് എന്നും ദാരിദ്ര്യം.

26. കടലിൽ ചെന്നാലും നായ നക്കിയേ കുടിക്കൂ.
    - ശീലിച്ചതേ പാലിക്കൂ.

27. കരയുന്ന കുഞ്ഞിനേ പാലുള്ളൂ
- അറിയേണ്ടവരുടെ ശ്രദ്ധയിൽ ശക്തമായി പെടുത്തിയാലേ ഗുണം വരൂ.

28. കഴുതയ്ക്കുപദേശം കാതിൽ കയറില്ല
- ഭോഷന്മാരെ ഉപദേശിച്ചുനന്നാക്കാനാകില്ല.

29. കാക്കയുടെ കൈയിലും കരുവുണ്ട്
- നിസ്സാരന്മാരായി നാം കരുതുന്നവരിലും മിടുക്കുകൾ കാണും.

30. കുടിക്കുന്ന കഞ്ഞിയിൽ പാറ്റ വീണു
- അല്പമുള്ളതും നഷ്ടമായി.

31. കേളികൊട്ടിൽ തന്നെ അവതാളം വന്നു
- തുടക്കം തന്നെ തകരാറിലായി.

32. ചങ്ങാതി നന്നെങ്കിൽ കണ്ണാടി വേണ്ട
- നല്ല സ്നേഹിതൻ നമ്മെ അറിയും.

33. ചോറിട്ട കൈയിൽ തിരിഞ്ഞു കടിക്കരുത്
- ഉപകാരികളെ ഉപദ്രവിക്കരുത്.

34. ഞാൻ പിടിച്ച മുയലിനു കൊമ്പ് മൂന്ന്
- സ്വന്തം അഭിപ്രായമാണ് ശരിയെന്ന പിടിവാശി.

35. തനിക്കു വിന താൻതന്നെ
- സ്വയം ആപത്തു വരുത്തുക.

36. പട പേടിച്ചു പന്തളത്തു ചെന്നപ്പോൾ പന്തംകൊളുത്തിപ്പട
- അപകടത്തിൽ നിന്നു രക്ഷപ്പെടാൻ ചെന്നിടത്ത് കൂടുതൽ അപകടം.

37. മണ്ണും ചാരിനിന്നവൻ പെണ്ണും കൊണ്ടുപോയി
- പ്രയത്നഫലം അന്യനു ലഭിച്ചു.

38. മല എലിയെ പ്രസവിച്ചു
- വലുതായി തുടങ്ങിയത് നിസ്സാരമായി ഭവിച്ചു.

39. മഴ നിന്നാലും മരം പെയ്യും
- കാര്യം കഴിഞ്ഞാലും പ്രത്യാഘാതം തീരുകയില്ല.

40. മഴ വീണാൽ സഹിക്കാം മാനം വീണാലോ?
- നിസ്സാര ബുദ്ധിമുട്ടു സഹിക്കാം. വൻപ്രയാസങ്ങൾ സഹിക്കാനാവില്ല.

41. മടിയൻ മല ചുമക്കും
- മടിപിടിച്ചാൽ വലിയ പ്രയാസങ്ങൾ നേരിടേണ്ടിവരും.

42. മിണ്ടാപ്പൂച്ച കലമുടയ്ക്കും
- സാധുത്വം നടിക്കുന്നവർ അപകടകാരികളാകും.

43. മുള്ളിന്റെ മൂട്ടിൽ മുള്ളേ മുളയ്ക്കൂ
- ദുഷ്ടന് ദുഷ്ടസന്തതി.

44. വഞ്ചി തിരുനക്കരത്തന്നെ
- തുടങ്ങിയിടത്തുതന്നെയുള്ള നില.

45. മൂന്നക്ഷരം കുറഞ്ഞാൽ മുഴുവനും കുറഞ്ഞു
- ഗുരുത്വം ഇല്ലാത്തവന് നാശം.

46. വാളെടുത്തവനൊക്കെ വെളിച്ചപ്പാടോ?
- അർഹതയില്ലാത്തവനും അധികാരമോ?

47. വേലി ചാടുന്ന പശുവിനു കോലുകൊണ്ടു മരണം
- അനുസരണയില്ലാത്തവൻ അപകടത്തിൽപ്പെടും.

48. വില്ലിനുമുണ്ടു കോട്ടം അമ്പിനും
- ഇരുപക്ഷവും ഒന്നുപോലെ തന്നെ.

49. വിതച്ചതു കൊയ്യും
- പ്രവൃത്തിക്കനുസരിച്ച് ഫലമുണ്ടാകും.

50. വിത്തുകുത്തി ഉണ്ണരുത്
- ഭാവിയിലേക്കുള്ളത് നശിപ്പിക്കരുത്.

14

കടംകഥകൾ

മലയാളഭാഷയെ അവഗണിക്കുന്ന മലയാളികൾക്ക് കടംകഥകളോടും പൊതുവേ പുച്ഛമാണ്. കുട്ടികൾ എന്തിനു കടംകഥകൾ പഠിക്കണമെന്നതിനെപ്പറ്റിയുള്ള അജ്ഞതയാണതിനു കാരണം. അവർക്കുവേണ്ടിക്കൂടിയാണ് ഈ കുറിപ്പ്.

എല്ലാ രാജ്യങ്ങളിലെയും ഭാഷകളിൽ കടംകഥകളുണ്ട്. ഒരു വിനോദമെന്ന നിലയ്ക്കാണ് കടംകഥകൾ ഉപയോഗിക്കുന്നതെങ്കിലും പല രീതിയിൽ അവ നമുക്കു പ്രയോജനപ്പെടുന്നുണ്ട്.

കടംകഥകൾക്ക് അഴിപ്പാൻ കഥ, തോൽക്കഥ, പ്രഹേളിക എന്നിങ്ങനെയും പേരുകളുണ്ട്. പ്രത്യക്ഷത്തിൽ ചോദ്യമുള്ളവയും, പരോക്ഷമായി ചോദ്യമുള്ളവയുമായ കടംകഥകളുണ്ട്. അവയ്ക്ക് ഉത്തരം നല്കേണ്ടതായും വരുന്നു.

ബുദ്ധി, പ്രത്യുല്പന്നമതിത്വം, താളബോധം, നിരീക്ഷണപാടവം, കവിതാസ്വാദനശേഷി, കവിതാലാപനശേഷി, സാഹിത്യാഭിരുചി, ചിന്താശേഷി ഇവയുടെ വികാസത്തിന് കടംകഥകൾ ഉപകരിക്കുന്നു.

പ്രകൃതി, സംസ്കാരം, സമൂഹം ഇവയുടെ വിവിധ തലങ്ങളെ സംബന്ധിച്ച അറിവുകൾ കടംകഥകൾ നല്കുന്നു. വസ്തുക്കളെയും വസ്തുതകളെയും താരതമ്യം ചെയ്ത് ചിന്താശീലം വളർത്തുക, ചോദ്യം ചോദിക്കാനും ഉത്തരം കണ്ടെത്താനുമുള്ള കഴിവുണ്ടാക്കുക, പ്രകൃതിയിൽനിന്നുള്ള അറിവുകൾ നേടുക, കുട്ടികളിൽ നല്ല ശീലങ്ങൾ വളർത്തിയെടുക്കാനുള്ള കാര്യങ്ങൾ ഗുളിക പ്രായത്തിൽ നല്കുക തുടങ്ങിയ ഒട്ടേറെ ഗുണങ്ങൾ കടംകഥാപഠനത്തിലൂടെ സാധിക്കുന്നു.

കുട്ടിക്കാലം മുതൽതന്നെ താളബോധം ഉറപ്പിക്കാൻ ഏറെ ഉതകുന്നവയാണ് കടംകഥകൾ. അവ ഈണത്തിലും താളത്തിലും ചൊല്ലാൻ ശ്രമിക്കുക. താളം ചൊല്ലലിൽ കൂടിയേ തീരൂ.

താഴെ കൊടുത്തിരിക്കുന്ന കടംകഥകൾ താളത്തിൽ ഉറക്കെച്ചൊല്ലി മനഃപാഠമാക്കുക.

1. അഴിയെറിഞ്ഞോരമ്പലത്തിൽ
   കിളിയിരുന്നു കൂത്താടുന്നു
   - നാവ്.

2. അനേകമനേകം മതിൽ കെട്ടി
   അതിനകത്തൊരു വെള്ളിവടി
   - വാഴപ്പിണ്ടി.

3. അമ്മയെ ഉമ്മ വെച്ചേ
   പൊന്നുമോൻ വെന്തുചത്തേ
   - തീപ്പെട്ടി.

4. അരിപിരി അരിപിരി വല്ലി വല്ലി
   വല്ലിയിലായിരം പല്ലിമുട്ട
   - കുരുമുളക്.

5. അരയോളം വെള്ളത്തിലേറെനാൾ നിന്നു
   അഴകുള്ളൊരായിരം മക്കളെപ്പെറ്റു
   അമ്മ പുറത്തു വെയിൽ കൊണ്ടുണങ്ങി
   അറയിലരുമയായ് മക്കളും വാണു
   - നെല്ലും വയ്ക്കോലും.

6. ആകാശത്തൊരു നെയ്യപ്പം
   മഞ്ഞനിറത്തിൽ നെയ്യപ്പം
   ആരോ ചുട്ടൊരു നെയ്യപ്പം
   ആഹാ! വലിയൊരു നെയ്യപ്പം
   - ചന്ദ്രൻ.

7. ആനകേറാമല ആടുകേറാമല
   ആയിരം കാന്താരി പൂത്തിറങ്ങി
   - നക്ഷത്രങ്ങൾ.

8. ആനയ്ക്കു നില്ക്കാൻ നിഴലുണ്ട്,
   ഉപ്പു പൊതിയാനിലയില്ല
   - പുളിമരം.

9. ആനയ്ക്കും പാപ്പാനും
നിലയ്ക്കാത്ത വെള്ളത്തിൽ
മതികൊണ്ട രാജാവ്
കുതികൊണ്ടോടി - തവള.

10. ആയിരം വള്ളി അരുമ വള്ളി,
ആറ്റിലിട്ടാലൊരുവള്ളി
- തലമുടി.

11. ഇവിടെയിരുന്നൊരാൾ മന്ത്രിക്കുന്നു
അവിടെയിരുന്നൊരാൾ ഗർജ്ജിക്കുന്നു
- ഉച്ചഭാഷിണി.

12. ഇരുപതു മക്കടേം തലയറുത്തെങ്കിലും
തള്ളയ്ക്കും മക്കൾക്കും കണ്ണീരില്ല
- നഖംമുറിക്കൽ.

13. ഇരുതല നേർത്തും നടു വീർത്തും
കിണ്ണം കിണ്ണം കിണ കിണ്ണം
- മദ്ദളം.

14. ഈച്ച തൊടാത്തൊ-
രിറച്ചിക്കഷണം
തിന്നാനാർക്കും കഴിയില്ല
- തീക്കട്ട.

15. ഉണ്ടാക്കാൻ പാട്
ഉണ്ടായാലൊടുങ്ങില്ല
കൊടുത്താലിരട്ടിക്കും
- വിദ്യ.

16. ഉണ്ണരിപ്പെണ്ണിന്
ഒരിക്കലേ പേറുള്ളൂ
- വാഴ.

17. ഊതിയാലണയില്ല
മഴയത്തുമണയില്ല
എണ്ണയില്ലാതീ വിളക്കു കത്തും
- വൈദ്യുതിവിളക്ക്.

18. ഊരിയവാൾ ഉറയിലിടും കാലം
പൊന്നിട്ട പത്തായം പണയം തരാം
- കറന്ന പാൽ.

19. എത്രയെത്ര തല്ലു കൊണ്ടു
എത്ര നിലവിളി വിളിച്ചു
എന്നിട്ടുമെൻ കണ്ണിൽനിന്നു
ഇത്തിരിക്കണ്ണീരുവന്നോ?
- ചെണ്ട.

20. എന്നും കുളിക്കും ഞാൻ മഞ്ഞനീരാടും ഞാൻ
എന്നാലിരിക്കും ഞാൻ കാക്കപോലെ
- അമ്മി.

21. എല്ലാവർക്കും വിളമ്പിക്കൊടുക്കും
എന്നാലൊന്നും ഭക്ഷിക്കില്ല
- തവി.

22. എല്ലാം തിന്നും എല്ലാം ദഹിക്കും
- തീയ്.

23. ഓടും കാലില്ല;
കരയും കണ്ണില്ല;
അലറും വായില്ല;
ചിരിക്കും ചുണ്ടില്ല
- മേഘം.

24. കാട്ടിലെയുർവശി കണ്ണെഴുതി
കണ്ടാലാർക്കും കൊതിതോന്നും
- കുന്നിക്കുരു.

25. കണ്ണോളം വെള്ളമുണ്ടെന്നാലോ
മുങ്ങിക്കുളിക്കുവാൻ വെള്ളമില്ല
- കരിക്കിൻവെള്ളം.

26. കണ്ണില്ലാത്തവൻ
നിർത്താതെയലറിക്കൊ-
ണ്ടൊരുപാടു കണ്ണീരൊഴുക്കിടുന്നു
- മഴ.

27. കറുകറുത്തൊരു കാട്ടാളൻ
അലറിയാർത്തു ചിരിച്ചപ്പോൾ
ആയിരം മുത്തു ചിതറിവീണു
- മഴ.

28. കണ്ണില്ല മൂക്കില്ല,
വായുണ്ടു നാവുണ്ട്
നാവൊന്നനങ്ങിയാൽ നാദമുണ്ട്
- മണി.

29. കണ്ടാലെന്തൊരു പൂത്തളിക
കാര്യംകൊണ്ടതു തീത്തളിക
- സൂര്യൻ.

30. ഓടിനടക്കും തീപ്പന്തം
ചൂടില്ലാത്തൊരു തീപ്പന്തം
- മിന്നാമിനുങ്ങ്.

31. പെട്ടി പെട്ടകം
മുരിക്കിൻ പെട്ടകം
പെട്ടിതുറക്കുമ്പോൾ
കസ്തൂരിഗന്ധം
- ചക്കപ്പഴം.

32. നല്ലൊരു കുട്ടയിലുണ്ടല്ലോ
മുല്ലമൊട്ടുകൾ രണ്ടുവരി
- പല്ലുകൾ.

33. കാട്ടിലെ കുഞ്ഞു ഞാൻ തൊട്ടാലുറങ്ങും
- തൊട്ടാവാടി.

34. കണ്ണു മൂന്നുണ്ടെന്നാലും
കാണാൻ കഴിയുന്നില്ലല്ലോ
- തേങ്ങ.

35. ചവർക്കും പുളിക്കും ചവയ്ക്കെ ചവയ്ക്കെ
രുചിച്ചിട്ടു നില്ക്കെ മധുരം ചുരത്തും
- നെല്ലിക്ക.

36. നൂലിലേറി വാലുനീട്ടി
മാനം നോക്കിപ്പാറിടുന്ന
കോമാളിപ്പയ്യൻ-വാലൻ
കോമാളിപ്പയ്യൻ
- പട്ടം.

37. അഞ്ചേരും കുഞ്ചാരും
ഗുഹ കാണാൻ പോയി.
അഞ്ചേര് ഇങ്ങട്ടും പോന്നു
കുഞ്ചാര് അങ്ങട്ടും പോയി
- ഊണുകഴിക്കൽ.

38. രണ്ടെണ്ണയുണ്ടൊരു കുപ്പി തന്നിൽ
രണ്ടിനും രണ്ടു നിറമാണേ
- മുട്ട.

39. തീയിലിട്ടാൽ ചടപട ചടപട
വെള്ളത്തിലിട്ടാൽ ചത്തുപോകും
- ഉപ്പ്.

40. പൊട്ടിച്ചിരിച്ചുകൊണ്ടോടിയെത്തി
തട്ടിപ്പറിച്ചുകൊണ്ടോടിപ്പോയി
- സുനാമിത്തിര.

41. തൊട്ടിലിലാടുമ്പോൾ കറുകറുത്ത്
കട്ടിലിലാവുമ്പോൾ വെളുവെളുത്ത്
- തലമുടി.

42. വെള്ളമുത്തുകൾ വാരിയെറിഞ്ഞൊരു
മുതുമുത്തശ്ശി ചിരിക്കുന്നു
- കടൽ.

43. കീഴടക്കാനാർക്കും-
പറ്റാത്ത രാജ്യത്തിൻ
പേരു പറയുവിൻ കൂട്ടുകാരേ
- മനോരാജ്യം.

44. മരത്തിലുണ്ട് വനത്തിലില്ല;

പഴത്തിലുണ്ട് പച്ചയിലില്ല;
ആരാണീ ഞാനോതാമോ?
- മഴ.

45. എല്ലില്ല തലയില്ല കൈക്കു പടമില്ല
ആരാന്റെ കാൽകൊണ്ടേ ഞാൻ നടക്കൂ
- ഷർട്ട്.

46. എപ്പോഴുമെപ്പോഴും വട്ടത്തിൽ-
ത്തന്നെ നടക്കുന്നതാരാണ്?
- വാച്ചിന്റെ സൂചി.

47. നാലുപേരൊന്നിച്ചു ഗുഹ കാണാൻ പോയി.
പോയി മടങ്ങവേ-
യവരൊന്നായ് മാറി
- താംബൂലം.

48. കാട്ടിൽ വലിയൊരു മുത്തശ്ശി
മുറവും വീശി നടക്കുന്നു
- ആന.

49. വലവീശും ഞാൻ മുക്കുവനല്ല
നൂൽനൂൽക്കും ഞാൻ വില്ക്കാറില്ല
- ചിലന്തി.

50. വഴിയുടെ വക്കിൽ ചോപ്പത്തടിയൻ
വായ പിളർന്നതാ തൂങ്ങുന്നു
- തപാൽപ്പെട്ടി.

15

സംഖ്യാവാചികൾ

നിശ്ചയിക്കപ്പെട്ട അളവിലും എണ്ണത്തിലുമാണ് ചില വസ്തുതകളും, വസ്തുക്കളും, വ്യക്തികളും ഉള്ളത്. അവ അതത് എണ്ണത്തിന്റെയോ അളവിന്റെയോ ശബ്ദംകൊണ്ടാണ് അറിയപ്പെടുന്നത്. അവയെ സംഖ്യാ ശബ്ദങ്ങൾ എന്നുപറയുന്നു.

പഠനത്തിനു സഹായമായ ചില സംഖ്യാശബ്ദങ്ങൾ ഇനി നല്കുന്നു.

1. അഷ്ടകഷ്ടങ്ങൾ - കാമം, ക്രോധം, ലോഭം, മോഹം, മദം, മാത്സര്യം, ഡംഭം, അസൂയ.

2. അഷ്ടഗുണങ്ങൾ - ഭൂതദയ, ക്ഷമ, അനസൂയ, ശൗചം, അനായാസം, മംഗളം, അകാപർണ്ണ്യം, അസ്പൃഹ.

3. അഷ്ടദിക്കുകൾ - കിഴക്ക്, തെക്കുകിഴക്ക്, തെക്ക്, തെക്കുപടിഞ്ഞാറ്, പടിഞ്ഞാറ്, വടക്കുപടിഞ്ഞാറ്, വടക്ക്, വടക്കുകിഴക്ക്.

4. അഷ്ടദിക്പാലന്മാർ - കിഴക്ക് - ഇന്ദ്രൻ.
   തെക്കുകിഴക്ക് - വഹ്നി.
   തെക്ക് - യമൻ.
   തെക്കുപടിഞ്ഞാറ് - നിരൃതി.
   പടിഞ്ഞാറ് - വരുണൻ.
   വടക്കുപടിഞ്ഞാറ് - വായു.

വടക്ക് - കുബേരൻ.
വടക്കുകിഴക്ക് - ഈശൻ.

5. അഷ്ടബന്ധം - ശംഖുപൊടി, കടുക്കാപ്പൊടി, ചെഞ്ചില്യപ്പൊടി, കോഴിപ്പരൽ, ആറ്റുമണൽ, നെല്ലിക്കാപ്പൊടി, കോലരക്ക്, നൂൽപ്പഞ്ഞി.

6. അഷ്ടവിവാഹങ്ങൾ - ബ്രാഹ്മം, ദൈവം, ആർഷം, പ്രജാപത്യം, ഗാന്ധർവ്വം, ആസുരം, രാക്ഷസം, പൈശാചം.

7. അഷ്ടവൈദ്യന്മാർ - കുട്ടൻചേരിമൂസ്സ്, പ്ലാന്തോൾമൂസ്, വയസ്കരമൂസ്, ഇളയിടത്തു മൂസ്, തൃശ്ശൂർ തൈക്കാട്ട് മൂസ്, വെള്ളോട്ടുമൂസ്, ആലത്തൂർ നമ്പി, കാത്തോട്ട്.

8. അഷ്ടാദശ പർവ്വങ്ങൾ (18)- *മഹാഭാരത*ത്തിലെ പതിനെട്ടു പർവ്വം: - ആദി, സഭ, വനം, വിരാടം, ഉദ്യോഗം, ഭീഷ്മം, ദ്രോണം, കർണ്ണം, ശല്യം, സൗപ്തികം, സ്ത്രീ, ശാന്തി, അനുശാസനം, അശ്വമേധികം, ആശ്രമവാസികം, മൗസലം, മഹാപ്രസ്ഥാനികം, സ്വർഗ്ഗാരോഹണം.

9. അഷ്ടാദശപുരാണം - ബ്രാഹ്മം, പാത്മം, വൈഷ്ണവം, വായവ്യം, ഭാഗവതം, നാരദീയം, മാർക്കണ്ഡേയം, ആഗ്നേയം, ഭവിഷ്യം, ബ്രഹ്മവൈവർത്തനം, ലൈംഗം, വരാഹം, സ്കന്ദം, വാമനം, കൗർമ്മം, മാത്സ്യം, ഗാരുഡം, ബ്രഹ്മാണ്ഡം.

10. ഏകാദശേന്ദ്രിയങ്ങൾ (11)- ശ്രോത്രം, ത്വക്ക്, ചക്ഷുസ്സ്, ജിഹ്വ, ഘ്രാണം, വാക്ക്, പാണി, പാദം, പായു, ഉപസ്ഥം, മനസ്സ്.

11. ചതുരംഗപ്പട (4) - ആന, കുതിര, തേര്, കാലാൾ.

12. ചതുരുപായങ്ങൾ - സാമം, ദാനം, ഭേദം, ദണ്ഡം.

13. ചതുർവ്വേദങ്ങൾ - ഋക്, യജുസ്സ്, സാമം, അഥർവ്വം.

14. ത്രികാലങ്ങൾ (3) - ഭൂതം, വർത്തമാനം, ഭാവി.

15. ത്രിഗുണം - സത്വം, രജസ്സ്, തമസ്സ്.

16. ത്രിദോഷം - വാതം, പിത്തം, കഫം.

17. ത്രിലിംഗം - പുല്ലിംഗം, സ്ത്രീലിംഗം, നപുംസകലിംഗം.

18. ത്രിസന്ധ്യ - പ്രഭാതം, മദ്ധ്യാഹ്നം, സായാഹ്നം.

19. ദശമൂലം (10) - കുമ്പിൾ, കൂവളം, മുഞ്ഞ, പാതിരി, പലകപ്പയ്യാനി, ഓരില, മൂവില, കറുത്തചുണ്ട, വെളുത്ത ചുണ്ട, ഞെരിഞ്ഞിൽ ഇവയുടെ വേരുകൾ.

20. ദശരൂപകങ്ങൾ - നാടകം, പ്രകരണം, ഭാണം, പ്രഹസനം, ഡിമം, വ്യായോഗം, സമവകാരം, വീഥി, അങ്കം, ഈഹാമൃഗം.

21. ദ്വാദശചാന്ദ്രമാസങ്ങൾ (12)- മാഘം, ഫാൽഗുനം, ചൈത്രം, വൈശാഖം, ജ്യേഷ്ഠം, ആഷാഢം, ശ്രാവണം, പ്രൗഷ്ഠപദം, ആശ്വിനം, കാർത്തികം, മാർഗ്ഗശീർഷം, പൗഷം.

22. നവഗ്രഹങ്ങൾ (9) - ബുധൻ, ശുക്രൻ, ഭൂമി, ചൊവ്വ, വ്യാഴം, ശനി, യുറാനസ്, നെപ്റ്റ്യൂൺ, പ്ലൂട്ടോ.

23. നവരത്നങ്ങൾ - മുത്ത്, മാണിക്യം, വൈഡൂര്യം, ഗോമേദകം, വജ്രം, പവിഴം, പത്മരാഗം, മരതകം, നീലം.

24. നവരത്നങ്ങൾ - (വിക്രമാദിത്യ സദസ്സിലെ) ധന്വന്തരി, ക്ഷപണകൻ, അമരസിംഹൻ, ശങ്കു, വേതാളഭട്ടൻ, ഘടകർപ്പരൻ, കാളിദാസൻ, വരരുചി, വരാഹമിഹിരൻ.

25. നവരസങ്ങൾ - ശൃംഗാരം, കരുണം, ഹാസ്യം, രൗദ്രം, വീരം, ഭയാനകം, ബീഭത്സം, അത്ഭുതം, ശാന്തം.

26. പഞ്ചഗവ്യം (5) - പാൽ, തൈര്, നെയ്യ്, ഗോമൂത്രം, ചാണകം.

27. പഞ്ചഗുണങ്ങൾ - രൂപം, രസം, ഗന്ധം, സ്പർശം, ശബ്ദം.

28. പഞ്ചഗുരുക്കന്മാർ - മാതാവ്, പിതാവ്, മാതുലൻ, ജ്യേഷ്ഠൻ, വിദ്യാദാതാവ്.

29. പഞ്ചതന്ത്രം - മിത്രഭേദം, സുഹൃല്ലാഭം, സന്ധിവിഗ്രഹം, അർത്ഥനാശം, അസംപ്രേക്ഷ്യകാരിത്വം.

30. പഞ്ചദിവാസന്ധികൾ - പ്രാതഃകാലം, സംഗമം, മദ്ധ്യാഹ്നം,, അപരാഹ്നം, സായാഹ്നം.

31. പഞ്ചദ്രാവിഡം - തമിഴ്, തെലുങ്ക്, കന്നട, തുളു, മലയാളം.

32. പഞ്ചപക്ഷികൾ - ചെമ്പുള്ള്, ചെമ്പോത്ത്, കാക്ക, പൂവൻ കോഴി, മയിൽ.

33. പഞ്ചപാണ്ഡവന്മാർ - യുധിഷ്ഠിരൻ, ഭീമസേനൻ, അർജ്ജുനൻ, നകുലൻ, സഹദേവൻ.

34. പഞ്ചപാതകങ്ങൾ - കൊല, മോഷണം, വ്യഭിചാരം, മദ്യപാനം, ഭോഷ്ക്.

35. പഞ്ചപിതാക്കന്മാർ - ജനിപ്പിച്ചവൻ, ഉപനയിപ്പിച്ചവൻ, വിദ്യ പഠിപ്പിച്ചവൻ, ചോറുതന്നു വളർത്തിയവൻ, അത്യാപത്തിൽനിന്നു രക്ഷിച്ചവൻ.

36. പഞ്ചഭൂതങ്ങൾ - പൃഥ്വി, അപ്പ്, തേജസ്സ്, വായു, ആകാശം.

37. പഞ്ചമകാരം - മദ്യം, മാംസം, മത്സ്യം, മുദ്ര, മൈഥുനം.

38. പഞ്ചമഹാകവികൾ - കാളിദാസൻ, ശ്രീഹർഷൻ, ഭാരവി, ഭട്ടി, മാഘൻ.

39. പഞ്ചമഹാകാവ്യങ്ങൾ - രഘുവംശം, നൈഷധം, കുമാരസംഭവം, മാഘം, കിരാതാർജ്ജുനീയം.

40. പഞ്ചശീലങ്ങൾ - ഹിംസിക്കരുത്, മോഷ്ടിക്കരുത്, മദ്യപിക്കരുത്, കള്ളം പറയരുത്, വ്യഭിചരിക്കരുത്.

41. പഞ്ചസന്ധികൾ - മുഖസന്ധി, പ്രതിമുഖസന്ധി, ഗർഭസന്ധി, വിമർശസന്ധി, നിർവ്വഹണസന്ധി.

42. പഞ്ചാമൃതം - പാല്, തൈര്, നെയ്യ്, തേൻ, പഞ്ചസാര.

43. പഞ്ചേന്ദ്രിയങ്ങൾ - കണ്ണ്, ചെവി, മൂക്ക്, നാക്ക്, ത്വക്ക്.

44. ഷഡൃതുക്കൾ (6) - വസന്തം, ഗ്രീഷ്മം, വർഷം, ശരത്, ഹേമന്തം, ശിശിരം.

45. ഷഡ്ഭാവങ്ങൾ - ജനനം, ബാല്യം, കൗമാരം, യൗവനം, വാർദ്ധക്യം, മരണം.

46. സപ്തനദികൾ (7) - ഗംഗ, യമുന, ഗോദാവരി, സരസ്വതി, നർമ്മദ, സിന്ധു, കാവേരി.

47. സപ്തർഷികൾ - മരീചി, അത്രി, ക്രതു, അംഗിരസ്സ്, പുലഹൻ, പുലസ്ത്യൻ, വസിഷ്ഠൻ.

48. സപ്തവർണ്ണങ്ങൾ - ചെമപ്പ്, മഞ്ഞ, പച്ച, നീലം, ഊത, രക്തപീതം, ഇന്ദ്രനീലം.

49. സപ്തസാലങ്ങൾ - അരയാൽ, മാവ്, പുളി, അകിൽ, ഇലഞ്ഞി, ചമത, കാഞ്ഞിരം.

50. സപ്തസ്വരങ്ങൾ - ഷഡ്ജം (സ), ഋഷഭം (രി), ഗാന്ധാരം (ഗ), മദ്ധ്യമം (മ), പഞ്ചമം (പ), ധൈവതം (ധ), നിഷാദം (നി).

16

കാവ്യരത്നാവലി

മലയാളത്തിലെ പ്രശസ്ത കവികളുടെ കാവ്യങ്ങളിൽനിന്നു തെരഞ്ഞെടുത്ത വരികൾ ചുവടെ നല്കുകയാണ്. മഹത്തായ സന്ദേശങ്ങളും ആശയങ്ങളും, കാവ്യഭംഗിയും ഈ വരികളിൽ കാണാം.

ഭാഷാപഠനത്തിനും, കാവ്യാസ്വാദനത്തിനും, പ്രബന്ധരചനയ്ക്കും, പ്രഭാഷണത്തിനുമൊക്കെ പ്രയോഗിക്കാവുന്ന ഈ വരികൾ മനഃപാഠമാക്കുകയും അവയടങ്ങിയ കൃതികൾ വായിക്കുകയും ചെയ്യുമെന്ന് പ്രത്യാശിക്കുന്നു.

വരികളും കൃതികളും കവിയും എന്ന ക്രമത്തിലാണ് നല്കിയിരിക്കുന്നത്.

1. ചോരതുടിക്കും ചെറു കൈയുകളേ,
   പേറുക വന്നീപ്പന്തങ്ങൾ;
   ഏറിയ തലമുറയേന്തിയ പാരിൻ
   വാരൊളി മംഗളകന്ദങ്ങൾ

   - *പന്തങ്ങൾ* - വൈലോപ്പിള്ളി ശ്രീധരമേനോൻ

2. കുഴിവെട്ടിമൂടുക വേദനകൾ
   കുതികൊൾക ശക്തിയിലേക്കു നമ്മൾ.

   - *പണിമുടക്കം* - ഇടശ്ശേരി ഗോവിന്ദൻ നായർ.

3. ഒരു ജാതി ഒരു മതം
        ഒരു ദൈവം മനുഷ്യന്
   ഒരുയോനിയൊരാകാര-
        മൊരുഭേദവുമില്ലതിൽ
   ഒരു ജാതിയിൽ നിന്നല്ലോ
        പിറന്നീടുന്നു സന്തതി
   നരജാതിയിതോർക്കുമ്പോ-
        ളൊരുജാതിയിലുള്ളതാം.
        - *ജാതിനിർണ്ണയം* - ശ്രീനാരായണഗുരു.

4. സ്നേഹത്തിൽ നിന്നുദിക്കുന്നൂ ലോകം
   സ്നേഹത്താൽ വൃദ്ധി തേടുന്നു.
        - *ചണ്ഡാലഭിക്ഷുകി* - എൻ കുമാരനാശാൻ.

5. അടുത്തുനില്പോരനുജനെ നോക്കാ-
        നക്ഷികളില്ലാത്തോർ-
   ക്കരൂപനീശ്വരനദൃശ്യനാ-
        യാലതിലെന്താശ്ചര്യം?
        - *പ്രേമസംഗീതം* - ഉള്ളൂർ എസ് പരമേശ്വരയ്യർ.

6. ഏതൊരുവേദവുമേതൊരു ശാസ്ത്രവു-
   മേതൊരുകാവ്യവുമേതൊരാൾക്കും
   ഹൃത്തിൽ പതിയേണമെങ്കിൽ സ്വഭാഷതൻ
   വക്ത്രത്തിൽ നിന്നുതാൻ കേൾക്കവേണം.
        - *സാഹിത്യമഞ്ജരി* - വള്ളത്തോൾ നാരായണമേനോൻ.

7. അമ്മ മമ്മിയായന്നേ മരിച്ചൂ മലയാളം
   ഇന്നുള്ളതതിൻ ഡാഡീ ജഡമാം മലയാലം.
        - *കുഞ്ഞുണ്ണിക്കവിതകൾ* - കുഞ്ഞുണ്ണി.

8. വ്യാപാരമേ ഹനനമാം വനവേടനുണ്ടോ
   വ്യാപന്നമായ് കഴുകനെന്നു കപോതമെന്നും.
        - *വീണപൂവ്* - എൻ കുമാരനാശാൻ.

9. അവശന്മാരാർത്തന്മാരവലംബഹീനന്മാ-
   രവരുടെ സങ്കടമാരറിയാൻ.
        - *വാഴക്കുല* - ചങ്ങമ്പുഴ കൃഷ്ണപിള്ള.

10. ഇറുപ്പവന്നും മലർ ഗന്ധമേകും
വെട്ടുന്നവന്നും തരു ചൂടകറ്റും
ഹനിപ്പവന്നും കിളി പാട്ടുപാടും
പരോപകാരപ്രവണം പ്രപഞ്ചം.
- *തരംഗിണി* - ഉള്ളൂർ.

11. ആയിരം മണിയുടെ നാവടക്കീടാമൊറ്റ-
വായിലെ നാവാർക്കാനും കെട്ടുവാൻ കഴിയുമോ?
- *പെരുന്തച്ചൻ* - ജി ശങ്കരക്കുറുപ്പ്.

12. എമ്പ്രാനല്പം കട്ടുമുടിച്ചാൽ
അമ്പലവാസികളൊക്കെക്കക്കും.
- *സ്യമന്തകം* - കുഞ്ചൻ നമ്പ്യാർ.

13. ഏരകപ്പുല്ലിനാൽ തമ്മിലടിച്ചധി-
കാരത്തിനായ് നശിക്കായ്ക.
പോകുവിനീ മുളന്തണ്ടുമായ്, പാടുവിൻ
ലോകാനുരാഗത്തിൻ രാഗം.
- *ഞാനഗ്നി* - ഒ എൻ വി കുറുപ്പ്.

14. ഒരു കണ്ണീർക്കണം മറ്റു-
ള്ളവർക്കായ് ഞാൻ പൊഴിക്കവേ
ഉദിക്കയാണെന്നാത്മാവി-
ലായിരം സൗരമണ്ഡലം.
- *കുട്ടിക്കവിതകൾ* -അക്കിത്തം അച്യുതൻ നമ്പൂതിരി.

15. ഒരു തൈ നടുമ്പോൾ
ഒരു തണൽ നടുന്നു.
നടുനിവർക്കാനൊരു
കുളിർ നിഴൽ നടുന്നു.
- *ഒരു തൈ നടുമ്പോൾ* - ഒ എൻ വി.

16. കാലികളെക്കാൾ കഷ്ടം
നിങ്ങളെൻ സഹജരേ,
കാലിലാക്കിടക്കുന്ന
ചങ്ങല കാണുന്നില്ലേ?

ഒന്നതുപൊട്ടിക്കാതെ
നിങ്ങളായ്ത്തീരാൻ
നിങ്ങൾ-
ക്കെന്നിനിക്കഴിയും ഹാ!
പരതന്ത്രന്മാർ നിങ്ങൾ.
- *രക്തപുഷ്പങ്ങൾ* - ചങ്ങമ്പുഴ.

17. കണ്ണുവേണമിരുപുറമെപ്പൊഴും
കണ്ണുവേണം മുകളിലും താഴേം
കണ്ണിലെപ്പൊഴും കത്തിജ്വലിക്കുമുൾ-
ക്കണ്ണുവേണമണയാത്ത കണ്ണ്.
- *കോഴി* - കടമ്മനിട്ട രാമകൃഷ്ണൻ.

18. കേരളം ചെറുതല്ല
ഭിന്നമാം മതങ്ങൾക്കു
താവളം, കലാപര-
സംസ്കാര സേവാദളം.
- *കേരളം വളരുന്നു* - പാലാ നാരായണൻ നായർ.

19. കൈവശത്തിങ്കലുള്ളതപരർക്കു-
മാവതോളം സഹായമാക്കീടണം.
- *ദൈവമേ കൈതൊഴാം* - പന്തളം കേരളവർമ്മ.

20. കൈകെട്ടി നില്ക്കുന്നു നീതിയും ധർമ്മവും
കൈവിട്ടു പോയിതേ ശാന്തിയും സത്യവും.
- *അനശ്വരനായ വയലാർ* - കെ വി തിക്കുറിശ്ശി.

21. ദീനരെത്തലോടട്ടെ നിങ്ങളിൽക്കത്തിക്കാളും
മാനവസ്നേഹത്തിന്റെ മംഗള നവദീപം.
- *കദളീവനം* - വെണ്ണിക്കുളം ഗോപാലക്കുറുപ്പ്.

22. നന്മകൾ കേട്ടതു കണ്ടതു ചൊല്ലാൻ
നാക്കിനു കഴിയട്ടെ.
തിന്മകൾ കണ്ടാൽ കൊത്തിക്കീറാൻ
കൊക്കിനു കഴിയട്ടെ.
- *തത്തമ്മ* - അയ്യപ്പപ്പണിക്കർ.

23. നിശ്ചയമില്ലാ വിജയമെന്നാകിലും
നിസ്തുലം ജീവിതം ശൂന്യമായ്ത്തീർക്കൊലാ.
- *ക്ഷണം* - ഇടപ്പള്ളി രാഘവൻപിള്ള.

24. നെല്ലിൻ ചുവട്ടിൽ മുളയ്ക്കും -
കാട്ടുപുല്ലല്ല സാധു പുലയൻ.
- *ചണ്ഡാലഭിക്ഷുകി* - എൻ കുമാരനാശാൻ.

25. വിത്തത്തിലാശ പറ്റുക ഹേതുവായ്
സത്യത്തെ ത്യജിക്കുന്നു ചിലരഹോ!
- *ജ്ഞാനപ്പാന* - പൂന്താനം നമ്പൂതിരി.

26. പരസ്പരം സഹായിപ്പിൻ
പരസ്നേഹം പരത്തുവിൻ
നിരക്ഷരലിഖിതമിതീശശാസനം.
- *സാഹിത്യമഞ്ജരി* - വള്ളത്തോൾ.

27. പ്രത്യുപകാരം മറക്കുന്ന പൂരുഷൻ
ചത്തതിനൊക്കുമേ ജീവിച്ചിരിക്കിലും.
- *അദ്ധ്യാത്മ രാമായണം* - എഴുത്തച്ഛൻ.

28. പുള്ളുവൻ വീണ, പുല്ലാങ്കുഴൽ, നന്തുണി-
ച്ചൊല്ലുകേൾപ്പിച്ച മലയാളം
പൊട്ടിക്കരഞ്ഞുകൊണ്ടോടിവീഴുന്നു
കഷ്ടകാലത്തിൻ കയത്തിൽ.
- *അമ്മ മലയാളം* - കുരീപ്പുഴ ശ്രീകുമാർ.

30. മതിയാക്കൂ മതവൈരമിരുൾനീക്കി സ്വാതന്ത്ര്യ-
ദ്യുതി പൊഴിച്ചുയരാറായുദയസൂര്യൻ.
- *സ്പന്ദിക്കുന്ന അസ്ഥിമാടം* - ചങ്ങമ്പുഴ.

31. വേദനിക്കിലും വേദനിപ്പിക്കിലും
വേണമീസ്നേഹബന്ധങ്ങളൂഴിയിൽ.
- *അഗ്നിപുഷ്പങ്ങൾ* - ഒ എൻ വി.

32. വലിയൊരു ലോകം
മുഴുവൻ നന്നാകാൻ
ചെറിയൊരു സൂത്രം
ചെവിയിലോതാം ഞാൻ
'സ്വയം നന്നാവുക.'
- *കുഞ്ഞുണ്ണിക്കവിതകൾ* - കുഞ്ഞുണ്ണിമാഷ്.

33. വേഷങ്ങളായിരമുണ്ടെങ്കിലും കർമ്മ-
വേദാന്തമൊന്നുതന്നെ,
വെവ്വേറെ ഭാഷകളോതിയാലും ലോക-
രെല്ലാരുമൊന്നുതന്നെ.
- *എല്ലാവരുമൊന്ന്* - എസ് രമേശൻ നായർ.

34. വാക്കുകൾ കൂട്ടിച്ചൊല്ലാൻ
വയ്യാത്ത കിടാങ്ങളേ,
ദീർഘദർശനം ചെയ്യും
ദൈവജ്ഞരല്ലോ നിങ്ങൾ.
- *കന്നിക്കൊയ്ത്ത്* - വൈലോപ്പിള്ളി.

35. സ്നേഹത്തിൽ നിന്നില്ലല്ലോ മറ്റൊന്നും ലഭിച്ചീടാൻ
സ്നേഹത്തിൻ ഫലം സ്നേഹം
ജ്ഞാനത്തിൻ ഫലം ജ്ഞാനം
സ്നേഹമേ പരം സൗഖ്യം
സ്നേഹഭംഗമേ ദുഃഖം
സ്നേഹമേ ദിക്കാലതി-
വർത്തിയായ് ജ്വലിച്ചാവൂ.
- *സൂര്യകാന്തി* - ജി ശങ്കരക്കുറുപ്പ്.

36. സ്നേഹിക്കയില്ല ഞാൻ,
നോവുമാത്മാവിനെ
സ്നേഹിച്ചിടാത്തൊരു
തത്ത്വശാസ്ത്രത്തെയും.
- *മുളങ്കാട്* - വയലാർ.

37. സ്വാർത്ഥം വെടിഞ്ഞുമപരന്റെ ഗുണത്തിനായി
നിത്യം പരിശ്രമമെടുക്കുകിലതാണു ധർമ്മം.
- *ലക്ഷ്മീവിലാസശതകം* - ഒടുവിൽ കുഞ്ഞിക്കൃഷ്ണമേനോൻ.

38. സ്വാതന്ത്ര്യം തന്നെയമൃതം
സ്വാതന്ത്ര്യം തന്നെ ജീവിതം
പാരതന്ത്ര്യം മാനികൾക്ക്
മൃതിയേക്കാൾ ഭയാനകം.
- *മണിമാല* - ആശാൻ.

39. സ്ഫടികപ്പാത്രത്തിലെ-
പ്പാരതന്ത്ര്യം ഹാ! ദുഃഖം
എരിയും തീച്ചട്ടിയിലെണ്ണയിൽ
വീണാൽ മോക്ഷം.
- *വേട്ട* - കിളിമാനൂർ രമാകാന്തൻ.

40. സഹജർ സഹജരോടേറ്റുമുട്ടി
ധരണിക്കു പാപം വലിച്ചുകൂട്ടി
സകല സൗഭാഗ്യവും
ഞെരടിക്കെടുത്തുന്നു
വികലമാം ദുഷ്ട ദേശീയബോധം-
ഇതുവളരുന്നതെത്ര മഹാപരാധം.
- *അനശ്വരനായ വയലാർ* - കെ വി തിക്കുറിശ്ശി.

41. സ്വാതന്ത്ര്യമാം ത്ര്യക്ഷരമന്ത്രമല്ലീ
സർവ്വാർത്ഥ സിദ്ധിക്കുരുവിട്ടിടേണ്ടൂ
അവിദ്യതൻ പാഴ്നിഴൽ മങ്ങിനീങ്ങി-
സ്സത്യപ്രസന്നാകൃതി കാൺമനോജ്ഞാൻ.
- *വിചാരവിപ്ലവം* - പള്ളത്തു രാമൻ.

42. ശത്രുക്കളല്ല ശത്രുക്കളാകുന്നതു
മിത്രഭാവത്തോടരികേ മരുവിന
ശത്രുക്കൾ ശത്രുക്കളാകുന്നതേവനും
മൃത്യുവരുത്തുമവരെന്നു നിർണ്ണയം.
- *അദ്ധ്യാത്മ രാമായണം* - എഴുത്തച്ഛൻ.

43. ഇരുളിൻ സത്യങ്ങളെ
പകലാൽ മൂടാനാമോ?
കരളിൻ പരമാർത്ഥം
കഥയാൽ മറയ്ക്കാമോ.
- *ഇരുട്ട്* - കടമ്മനിട്ട.

44. കൊണ്ടുപോകില്ല ചോരന്മാർ
കൊടുക്കുന്തോറുമേറിടും
മേന്മ നല്കും മരിച്ചാലും
വിദ്യതന്നെ മഹാധനം.
- *വിദ്യ* - ഉള്ളൂർ.

45. ജീവിതമൊരു മഹാ
ഭീകര രണം മാത്രം
ജീവിതമൊരു ദീർഘ
ദീർഘമാം യാനം മാത്രം.
- *പുഴ പിന്നെയും ഒഴുകുന്നു* - പി ഭാസ്കരൻ.

46. നമിക്കിലുയരാം, നടുകിൽത്തിന്നാം
നല്കുകിൽ നേടീടാം
നമുക്കു നാമേ പണിവതു നാകം
നരകവുമതുപോലെ.
- *മണിമഞ്ജുഷ* - ഉള്ളൂർ.

47. വാക്കിനോളം തൂക്കമില്ലീ-
യൂക്കൻ ഭൂമിക്കു പോലുമേ.
- *കുഞ്ഞുണ്ണിക്കവിതകൾ* - കുഞ്ഞുണ്ണി.

48. വിത്തനാഥന്റെ ബേബിക്കു പാലും
നിർദ്ധനച്ചെറുക്കനുമിനീരും
ഈശ്വരേച്ഛയല്ലാ, കി ലമ്മട്ടു-
ള്ളീശ്വരനെച്ചവിട്ടുക നിങ്ങൾ.
- *സ്പന്ദിക്കുന്ന അസ്ഥിമാടം*- ചങ്ങമ്പുഴ.

49. സന്ദേഹം വേണ്ട പരനു-
പകാരത്തിനാകാത്തതെങ്കിൽ
കിന്ദേഹം കൊണ്ടൊരുഫലമിഹ
പ്രാണിനാം ക്ഷോണിതന്നിൽ.
- *മയൂരസന്ദേശം* - കേരളവർമ്മ വലിയകോയിത്തമ്പുരാൻ.

50. സത്യം ജയിക്കട്ടെ, സൗശീല്യമാരിലു-
മത്യന്തം പൂർത്തിയായ് വർത്തിക്കട്ടെ.
- *ദൈവമേ കൈതൊഴാം* - പന്തളം കേരളവർമ്മ.

17

മഹാന്മാർ സംസാരിക്കുന്നു

നാം ധാരാളം സംസാരിക്കാറുണ്ട്. ചിലപ്പോഴൊക്കെ നാം പറഞ്ഞ കാര്യങ്ങൾ മറ്റുള്ളവർ എടുത്തു പറയാറുമുണ്ട്. അങ്ങനെ പറയണമെങ്കിൽ നാം പറയുന്നതിൽ കഴമ്പുണ്ടായിരിക്കണം.

മഹത്തുക്കൾ പറയുന്നതിലും എഴുതുന്നതിലുമൊക്കെ കഴമ്പുണ്ടായിരിക്കും. നാം നിത്യജീവിതത്തിൽ പലപ്പോഴും അത്തരം മഹദ്വചനങ്ങളും പഴഞ്ചൊല്ലുകളുമൊക്കെ പ്രയോഗിക്കുന്നു. വിവിധ വിഷയങ്ങളെ സംബന്ധിച്ചവയാണ് അത്തരം വചനങ്ങൾ.

നാം പല സന്ദർഭങ്ങളിലും മഹാന്മാരുടെ കൃതികളിലും പ്രഭാഷണങ്ങളിലുമുള്ള വാക്യങ്ങൾ ഉദ്ധരിക്കാറുണ്ട്. അവയാണ് ഉദ്ധരണികൾ. അത്തരം ഉദ്ധരണികൾ പലതും നമ്മുടെ ജീവിതത്തെ നേർവഴിക്കു നയിക്കാൻ സഹായിക്കുന്നവയാണ്. സാരോപദേശങ്ങളാണ് മിക്കവയും.

കുട്ടിക്കാലം മുതൽ അത്തരം ഉദ്ധരണികൾ കണ്ടെത്താനും, പഠിക്കാനും ശ്രമിക്കുന്നത് ജീവിതമൂല്യങ്ങൾക്കു മാറ്റുകൂട്ടാനുപകരിക്കും. മഹദ്വചനങ്ങൾ കണ്ടെത്താൻ ശ്രമിക്കുക. മൂല്യച്യുതി സംഭവിച്ചുകൊണ്ടിരിക്കുന്ന ഇന്നത്തെ സമൂഹത്തിന് സാരോപദേശപഠനം ആവശ്യമാണ്. കുട്ടികൾ ഇവ പഠിക്കട്ടെ. ഇവയുടെ സാരാംശങ്ങളറിഞ്ഞ് ജീവിതം അർത്ഥവത്താക്കട്ടെ. അതിനുവേണ്ടിയിതാ കുറേ ഉദ്ധരണികൾ.

1. “ശിശു മനുഷ്യന്റെ അച്ഛനാണ്.”
   - വേർഡ്സ്വർത്ത്.

2. “ശിശുക്കൾ ജീവിതത്തെ ബഹുമാനിക്കുന്നവരും, നന്മയെ സ്നേഹിക്കുന്നവരും, തിന്മയെ വെറുക്കുന്നവരുമാണ്.”
- ഡോ. എസ് രാധാകൃഷ്ണൻ.

3. “സ്വന്തം കുട്ടിയെ മനസ്സിലാക്കാൻ ബുദ്ധിമാനായ ഒരു പിതാവിനേ കഴിയൂ.”
- ഷേക്സ്പിയർ.

4. “ശിശുവിന് മുലപ്പാൽ എങ്ങനെയോ അതുപോലെയാണ് ഒരുവന് തന്റെ മാതൃഭാഷയും.”
- ടാഗോർ.

5. “മാതൃഭാഷയെ സ്നേഹിക്കാത്തവന് മാതൃഭൂമിയെ സ്നേഹിക്കാൻ കഴിയില്ല.”
- ഗാന്ധിജി.

6. “സ്വന്തം ഭാഷയിൽ നാം അഭിമാനം കൊള്ളണം.”
- ഗാന്ധിജി.

7. ശരിയായി ഉച്ചരിക്കാത്തവൻ ശരിയായി എഴുതാറുമില്ല.
- ചൈനീസ് പഴമൊഴി.

8. “വായിക്കാൻ സമയമില്ലെന്നു പറയുന്ന ആൾ ബുദ്ധിപരമായി ആത്മഹത്യ ചെയ്യുന്നു.”
- തോമസ് ഡ്രൈയർ.

9. “വിദ്യാഭ്യാസം ഒരു നാണയമാണ്. അതിന്റെ ഒരുവശം പ്രവൃത്തിയെയും മറുവശം ജ്ഞാനത്തെയും കാണിക്കുന്നു.”
- ടാഗോർ.

10. “അമ്മയുടെ മുട്ടിന്മേൽ നിന്നാണ് വിദ്യാഭ്യാസം ആരംഭിക്കുന്നത്.”
- ഹോസി ബാലു.

11. “മതമേതായാലും മനുഷ്യൻ നന്നായാൽ മതി.”
- ശ്രീനാരായണഗുരു.

12. “നമ്മെ വളരാനും വളർത്താനും മതത്തിന്റെ സഹായം ആവശ്യമല്ല. പരിശുദ്ധിയും മഹത്ത്വവും മതത്തിന്റെ തനതായ ഉല്പന്നങ്ങളല്ല.”
- ജവഹർലാൽ നെഹ്റു.

13. "സാർവ്വജനീനവും വ്യാമോഹപരവുമായ ഒരു മനോരോഗമാണ് മത വിശ്വാസം."
- ഫ്രോയിഡ്.

14. "മതത്തിന്റെ കാര്യത്തിൽ യാതൊരു നിർബ്ബന്ധവും ചെലുത്തരുത്."
- *ഖുറാൻ.*

15. "നല്ല കൈയക്ഷരം വിദ്യാഭ്യാസത്തിന്റെ അവിഭാജ്യഘടകമാണ്." - ഗാന്ധിജി.

16. "എന്റെ കൈയക്ഷരം എന്റെ ആരോഗ്യം പോലെയാണ്."
- ജെയിംസ് ജോസ്.

17. "കോപമുള്ള മനുഷ്യൻ വിഷത്തിന്റെ സങ്കേതമാണ്."
- കൺഫ്യൂഷിയസ്.

18. "പുസ്തകങ്ങൾ എന്റെ ശാശ്വത സുഹൃത്തുക്കളാണ്. ദിനംപ്രതി ഞാൻ അവരുമായി സംഭാഷിച്ചുകൊണ്ടിരിക്കുന്നു."
- റോബർട്ട് സന്തേ.

19. "പുസ്തകമില്ലാത്ത വീട് ആത്മാവില്ലാത്ത ശരീരം പോലെയാണ്."
- സിസറോ.

20. "പരിഷ്കാരത്തെ മുമ്പോട്ടു വലിച്ചുകൊണ്ടുപോകുന്ന മാധ്യമമാണ് പുസ്തകം."
- ഏബ്രഹാം ലിങ്കൺ.

21. "ഒരു നല്ല ഗ്രന്ഥാലയത്തിന്റെ നാലു ചുമരുകൾക്കുള്ളിൽ ഒരു വിദ്യാർത്ഥിക്ക് അവന്റെ ലോകം കണ്ടെത്താൻ കഴിയുന്നു. പഴയ ലോകത്തിന്റെ അവശിഷ്ടങ്ങളും, പുതിയ ലോകത്തിന്റെ നേട്ടങ്ങളും അവിടെ നിറഞ്ഞു നില്ക്കുകയാണ്."
- ലോങ്ഫെല്ലോ.

22. "കൊച്ചുകുട്ടികളുടെ ചിരി കേട്ടിട്ടുള്ളവർക്കു സംഗീതം കേൾക്കാൻ ഉത്സാഹം തോന്നുന്നില്ല."
- *തിരുക്കുറൾ.*

23. "ജീവിതം തന്നെ ഒരു സർവ്വകലാശാലയാണ്; പഠിക്കാനുള്ള പല വിഷയങ്ങളും അവിടെയുണ്ട്."
- മാക്സിം ഗോർക്കി.

24. "സത്യം മാത്രമേ ജയിക്കൂ; അസത്യം ജയിക്കില്ല."
- ഉപനിഷത്ത്.

25. "സത്യമേതോ അതിനെപ്പറ്റി ചിന്തിക്കുക."
- *ബൈബിൾ.*

26. "സത്യത്തെ മറച്ചു വയ്ക്കരുത്."
- *ഖുറാൻ.*

27. "അന്യരിലുള്ള നന്മയെ അംഗീകരിക്കാനുള്ള കഴിവാണ് സംസ്കാരം."
- ആർനോൾഡ്.

28. "സിംഹം മനുഷ്യനോളം അക്രമിയല്ല. കാരണം അതിന് മതമോ, രാഷ്ട്രീയമോ, ജാതിയോ, ഗ്രൂപ്പോ ഇല്ലല്ലോ."
- ബർണാഡ് ഷാ.

29. "അമ്മയുടെ ഹൃദയമാണ് ശിശുവിന്റെ പഠന ഗൃഹം."
- മിൽട്ടൺ.

30. "സമയമാണ് നമുക്ക് ഏറ്റവും ആവശ്യമായിട്ടുള്ളത്. അനാവശ്യമായി നാം ചെലവഴിക്കുന്നതും സമയം തന്നെ."
- വില്യം പെൻ.

31. "വിശന്നുവലയുന്ന പാവങ്ങളുടെ മുമ്പിൽ ഈശ്വരൻ ആഹാരമാണ്."
- ഗാന്ധിജി.

32. "കുറേപ്പേരെ എല്ലാക്കാലവും കബളിപ്പിക്കാം. എല്ലാവരെയും കുറേക്കാലത്തേക്കു കബളിപ്പിക്കാം. എന്നാൽ എല്ലാവരെയും എല്ലാക്കാലവും കബളിപ്പിക്കാൻ കഴിയില്ല."
- ഏബ്രഹാം ലിങ്കൺ.

33. "നന്മ ചെയ്യേണ്ടവർ നിഷ്ക്രിയരാവുമ്പോൾ തിന്മ വിജയം നേടുന്നു."
- എഡ്മണ്ട് ബർക്ക്.

34. "നാക്കിൽനിന്നു പോയ വാക്ക് നാലു കുതിരകൾ ഒപ്പം വലിച്ചാലും തിരിച്ചു കിട്ടില്ല."
- ഗോൾഡ് സ്മിത്ത്.

35. "നിയമങ്ങൾ പാവങ്ങളെ മർദ്ദിക്കുന്നു; ധനികൻ നിയമങ്ങളെ നിയന്ത്രിക്കുന്നു."
- ഗോൾഡ് സ്മിത്ത്.

36. "വ്യക്തികൾക്കു മരണമുണ്ട്; പുസ്തകങ്ങൾക്കു മരണമില്ല."
- റൂസ്‌വെൽറ്റ്.

37. "മടിയന്റെ മനസ്സ് പിശാചിന്റെ പണിശാലയാണ്."
- പഴമൊഴി.

38. "പരാജയങ്ങളെയോർത്ത് ബുദ്ധിമാൻമാർ വിലപിക്കാറില്ല. മറിച്ച്, അവയ്ക്കുള്ള പരിഹാരമാർഗ്ഗത്തെക്കുറിച്ച് അവർ ശരിയായി ആലോചിക്കും."
- ഷേക്സ്പിയർ.

39. "പ്രകൃതി ഒരിക്കലും അവളെ സ്നേഹിച്ചവന്റെ ഹൃദയം വേദനിപ്പിച്ചിട്ടില്ല."
- വേർഡ്സ്‌വർത്ത്.

40. "വിയർപ്പും അദ്ധ്വാനവും കൂടാതെ ഒരു പ്രവൃത്തിയും പൂർത്തിയാവില്ല."
- പൈതഗോറസ്.

41. "ഇന്ത്യയിലെ സമ്പന്നവർഗ്ഗങ്ങളേ, പതിനായിരം വർഷം പഴക്കമുള്ള ശവക്കല്ലറകളാണു നിങ്ങൾ. നിങ്ങളുടെ സ്ഥാനത്ത് പുതിയ ഭാരതം ഉയരട്ടെ, അവൾ ഉയരട്ടെ. കർഷകന്റെ കൂരയിൽനിന്ന്, മുക്കുവന്റെയും, ഇരുമ്പുപണിക്കാരന്റെയും, തൂപ്പുകാരന്റെയും കുടിലുകളിൽനിന്ന്."
- സ്വാമി വിവേകാനന്ദൻ.

42. "പ്രസംഗിക്കുന്നതിലല്ല; കർമ്മത്തിലാണു മഹത്ത്വം."
- ഗുരുനാനാക്ക്.

43. "ആറായിരം കോടി ദൈവങ്ങളെക്കാൾ സോഷ്യലിസമാണ് ഇന്ത്യക്കാവശ്യം."
- സ്വാമി വിവേകാനന്ദൻ.

44. "ഒരിക്കലും ഈ ലോകത്തിൽ വിദ്വേഷംകൊണ്ട് വിദ്വേഷം ഇല്ലാതാകുന്നില്ല. സ്നേഹംകൊണ്ട് വിദ്വേഷം ഇല്ലാതാകുന്നു."
- ശ്രീബുദ്ധൻ.

45. “ജീവിതമാകുന്ന സൂനത്തിലെ തേനാകുന്നു സ്നേഹം.”
- വിക്ടർ ഹ്യൂഗോ.

46. “ദൈവത്തെ സ്നേഹിക്കുന്നവർ മനുഷ്യരെ സ്നേഹിക്കട്ടെ.”
- കൺഫ്യൂഷിയസ്.

47. “സംഗീതം ആത്മാവിനെ തട്ടിയുണർത്തുന്ന ഒരനുഭൂതിയാണ്.”
- ആൽബർട്ട് ഷ്വൈറ്റ്സ്വർ.

48. “അശ്രദ്ധ അറിവില്ലായ്മയേക്കാളേറെ ദോഷം ചെയ്യുന്നു.”
- ഫ്രാങ്ക്ളിൻ.

49. “എനിക്ക് യാതൊന്നും അറിഞ്ഞുകൂടാ. എന്റെ ബോധേന്ദ്രിയത്തിന്റെ സ്വഭാവംതന്നെ അജ്ഞതയാകുന്നു.”

- സോക്രട്ടീസ്.

50. “ഏതു മഹാനോ ദിവ്യനോ പറയുന്നതായാലും അതു കേൾക്കുന്ന മനുഷ്യൻ അതു തന്റെ ബുദ്ധിക്കും യുക്തിവിചാരത്തിനും നിരക്കുന്നതായാൽ മാത്രമേ സ്വീകരിക്കാവൂ.”

- ശ്രീബുദ്ധൻ.

9 789386 112163

Printed by Libri Plureos GmbH in Hamburg, Germany